காதலா? கடமையா?

AF742548

பாவேந்தர் பாரதிதாசன்

Title: Kadhala Kadamaiya

Author: Bharathidasan

Language: Tamil

First Published on: 1947

Year of Publication: 2024

Book Format: Paperback

*Page Size: 6inch * 9inch*

Category: Poetry

Subject: Poetry

No. of pages: 116

ISBN: 978-81-988736-5-1

Published by: Nilan Publishers, Madurai, Tamilnadu, India

பொருளடக்கம்

என் முன்னுரை

இந்நூலை நான் பல ஆண்டுகளின் முன் எழுதினேன். சில ஆண்டுகளின் முன் அச்சிட எண்ணினேன். அச்சிட்டேன் பல திங்கள் முன். ஒரு திங்கள் ஆயிற்று மேலட்டை போட. மிகவிரைவில் நூல் வேலை முடிந்துவிட்டதல்லவா?

ஏன் இப்படி? - நானே என் நூலை வெளியிடவேண்டும். எனக்குரிய அச்சகத்தில்தான் அச்சாக வேண்டும். - இப்படி ஓர் உறுதி.

உறுதி சரிதான். அவ்வுறுதியை நிறைவேற்ற அச்சகம் நல்ல முறையில் விரிவாக ஏற்பாடு செய்யப்பட்டதா? அதுதான் கிடையாது. மிகச் சிறிது.

இந்தப் பதிப்பு மிக மட்டம். என் வாடிக்கைக்காரர் உயர்ந்த பதிப்பைப் பெருவிலை கொடுத்து வாங்க வருந்துகிறார்கள். பணக்காரர் மட்டும் வாங்கினால் போதும் என்றும் நான் நினைப்பதில்லை.

இந்நூலின் நடை சிறிது கடினமாகத் தோன்றலாம். படிப்பவர்க்கு – அருகிலிருக்கும் மொழிகளையே அறிமுகப் படுத்திக் கொண்டிருந்தால் மட்டும் போதாது. சிறிது தொலைவில் குவிந்திருக்கும் அரிய மொழிகளில் சிலவற்றையேனும் புலப்படுத்தத்தான் வேண்டும்.

என் தோழர் புலவர் சுந்தர-சண்முகனார் இந்நூலைப் படித்தார். படிப்பாரின் இலேசு கருதி முன்னே கதைச்

சுருக்கத்தை உரைநடையில் தந்தால் நலமாயிருக்கும் என்றார். நீவிரே செய்க என்றேன். புலவர் எழுதிய கதைச் சுருக்க உரைநடையை முன்னே சேர்த்துள்ளேன்.

இக்கதையில் இடை நிகழ்ச்சிகள் பலவற்றைக் குறைத்துவிட்டேன். ஆதலால் என் எண்ணப்பதிப்பின் சுருக்கந்தான் இந்த அச்சுப் பதிப்பு.

- பாரதிதாசன்

என்னுரை

இரண்டாம் பதிப்பு இது. முன்னைய பதிப்பு இலேசான நிலையில் அமைந்தது; இலேசான விலையில் அமைந்தது.

அழகிய உயர்ந்த பதிப்பையே வேண்டுகின்றனர் மக்கள், மக்கள் விருப்பம் என் விருப்பம். இது அழகிய - உயர்ந்த பதிப்பென்றே நான் நினைக்கிறேன்; சாந்தி ஆர்ட் உடையவர், ஓவியப் புலவர் திரு. மாதவன் அவர்கள் தீட்டிய மேலட்டை ஓவியமும், புதுவை திரு. கிருஷ்ண மூர்த்தியவர்கள், திரு. குறள் அவர்கள் ஆகியோர் தீட்டிய உட்புற ஓவியங்களும் என் நூலை மிக உயர்வுபடுத்தி விட்டன.

இதன் முதற்கண், இந்நூலின் கதைச்சுருக்கம் அமைந்திருக் கின்றது. அது, திரு.சுந்தரசண்முகம் என்பவர் எழுதியதாகும். கதைச் சுருக்கத்தைப் படித்துப் பின் கவிதைநூலைப் படிப்பது நல்லது.

இனி, தமிழ் ஆய்வு இல்லாமலே சினிமா, நாடகம் எழுதுகின்ற இளைஞர்களுக்கு இங்கு ஒன்று சொல்ல வேண்டும். சினிமா, நாடகம் இவற்றிற்கு வேண்டிய கதைகள் பிற நாட்டினிடமிருந்து பார்த்து எழுதப்பட்டவை; அவற்றில் அமைக்கப்படும் நாகரிகமுறை, உடை அனைத்தும் அப்படி; பாட்டின் மெட்டு அப்படி; தமிழகம் தன்னுள்ளத்தையே இந்த வகையில் இழந்துவிட்டதா என்னும்படி இருக்கிறது. மானம் போகிறது!

இவைகள் இப்படி என்றால், கதைக்கு அமையும் பேச்சும் பாட்டும் நாடகக் கதை எழுதியவர் அமைத்ததாகத் தெரிவதில்லை. தமிழன், தமிழன் எழுதிய நூலிலிருந்து இரவல் கொள்ளுவதால், எண்ணும் ஆற்றல் இல்லாமல் போய்விடுகிறது.

அது எப்படியோ! என் நூலிலிருந்து கருத்தையோ வரிகளையோ எடுப்பதானால் கேட்டுச் செய்யுங்கள். பிறர் எழுதியவைகளை நானே எழுதினேன் என்று சொல்லிக்கொள்வது உடனே வெளுத்துவிடக் கூடியதுதானே!

புதுச்சேரி
21. 2. 53

- பாரதிதாசன்

கதைச்சுருக்கம்

கொன்றை நாடு ஓர் அடிமை நாடு. அந்நாட்டின் உரிமையில் நாட்டங்கொண்ட அந்நாட்டு மறவர் சிலர், ஓரிடத்தில் ஒன்று கூடினர். உரிமை பெறும் முறையைப் பற்றி உரையாடிக் கொண்டிருந்தனர்.

அப்போழ்து, கொன்றை நாட்டை அடிமைப்படுத்தி ஆண்டு வரும் மாழைநாட்டு மாப்பேரரசனிடமிருந்து ஒரு திருமுகம் வந்தது. பிரித்துப் படித்தனர்.

“ஐந்து நாட் பின்னை நாம் அங்கு வருவோம்
வந்து விடுதலை வழங்குவோம் நன்றே”

என்று வரையப்பட்டிருந்தது.

நற்செய்தி யறிந்த நாட்டு மறவர்களின் மகிழ்ச்சிக்கு எல்லை யில்லை. ஆனால், அம்மறவர்க்குத் தலைவனும், ஓர் ஏழைக் குடும்பத்தில் பிறந்து நாட்டின் விடுதலைக்குத் தொண்டாற்றுபவனு மாகிய மகிணன் என்பான், விடுதலை என்பது ஒருவன் கொடுக்க வாங்கக் கூடியதன்று; கொடுத்தவன் மீண்டும் பறிக்கலாம்; ஆதலின், 'வெற்றி நிலத்தில் விளைவதாம் விடுதலை' என்று பகர்ந்தான். அதுகேட்டு, அவன் காதலியும் கொன்றை நாட்டை முன்னாண்ட மன்னனின் பேர்த்தியுமாகிய கிள்ளை என்பாள் ‘ஆம் ஆம்' என்றாள். ஆயினும் அங்கிருந்த சிலர், எப்படியாயினும் நாட்டிற்கு முதலில் விடுதலை தேவை, மறுக்க வேண்டாம் என்றனர். அதுகேட்ட கிள்ளையின் முகத்தில் அச்சம்

அரும்பிற்று. உடனே, மறுக்கவில்லை என்றான் மகிணன், பின்னரே கிள்ளையின் முகத்தாமரை மலர்ந்தது.

இந்தச் செய்தியை அந்நாட்டுப் பொதுமக்களுக்கு முரசறைந்து தெரிவித்தான் வள்ளுவன். மக்கள் மட்டற்ற மகிழ்ச்சியினராய் ஆடினர்; பாடினர்; ஓடினர்; ஒருவர்க்கொருவர் உவப்புடன் உரைத்துக் கொண்டனர்.

நிற்க, மகிணனின் தொண்டைப் போற்றிப் புகழ்ந்தவளாய் அவனை அடையும் நெறியைப் பற்றித் தோழியிடம் உரையாடிக் கொண்டிருந்தாள் கிள்ளை. அப்போது அன்னை அழைக்கவும் காதல் வருத்தவும் எழுந்து சென்றாள்.

முன் கூட்டி அறிவித்திருந்தபடி, மாழை நாட்டு மாப்பேரரசன் பல்வகைப் படையுடன் கொன்றைநாடு புக்கான். மக்கள் அனைவரும் ஊரை அணி செய்து, அன்புடனும், ஆவலுடனும் வரவேற்றனர். திருவுலாப் போந்த மன்னன், ஒரு பொது மன்றில் உற்றிருந்தனன்.

அரசனை அனைவரும் சூழ்ந்தனர். மகிணன் அரசனை நோக்கிக், கொன்றை நாட்டின் பழம் பெருமையினையும், அடிமைப்பட்டதால் அஃதடைந்த சீர்கேட்டினையும், இப்போதைய மக்களின் எழுச்சி யினையும், விழிப்பினையும், நாட்டின் தேவையினையும் நன்கு விளக்கினான். விடுதலை நல்க விரும்பியதைப் பாராட்டி நன்றியும் செலுத்தினான்.

கேட்ட மன்னன் மகிழ்ந்து, 'கொன்றை நாட்டினரே! அடுத்த கோழிநாட்டான் கொடியவன். அவனை வெல்ல நீங்கள் எனக்கு உதவவேண்டும்' என்றதோர்

உடன்படிக்கையினைப் பெற்றுக் கொண்டான். விரைவில் விடுதலைப்பட்டயம் எழுதியளிப்ப தாகவும் மொழிந்தான்.

மறுநாள் மன்னன் காலைக்கடன்களை முடித்துக்கொண்டு, விடுதலைப் பட்டயம் எழுதுவதற்காக அமைச்சனை எதிர்நோக்கி மாடியில் உலாவிக் கொண்டிருந்தான். அப்போது, அண்மையிலுள்ள ஒரு குளத்தில் தோழிமாருடன் நீராடிக் கொண்டிருந்த கிள்ளையைக் கண்டு உள்ளம் இழந்தான்.

பின்னர் அங்குவந்த தன் அமைச்சனிடம், கிள்ளை தன் உள்ளத்தைக் கொள்ளைக் கொண்டதைக் கூறி, அவள் ஆரென்று கேட்டான். ‘அவள் மகிணன் காதலி’ எனக் கேள்விப் பட்டதாக அமைச்சன் மொழிந்தான். கேட்ட மன்னன், ‘அவளை நான் அடையும் படிச் செய்வாயாக,’ எனச் செப்பி, 'நாளை விடுதலை நல்குவேன்’ என்று நாட்டினர்க்கு அறிவுறுத்திவிட்டான்.

அரசனின் ஆணைதாங்கிக் கொன்றைநாட்டை ஆண்டு வரும் ஒள்ளியோன் என்பான், கிள்ளையின் தமையனாகிய வாட்பொறையை நோக்கிக், ‘கிள்ளை மன்னனை மறுக்காது மணக்கும் வண்ணம் ஏற்பாடு செய்வாயாக’ என்று வற்புறுத்தியனுப்பினான்.

கொன்றை நாட்டை முன்னாண்ட அரசனின் அமைச்சன் பேரனாகிய தங்கவேல் என்பவனிடம், நாட்டின் விடுதலைக்குப் பட்ட பாட்டினைப் பற்றிச் சொல்லிக்கொண்டிருந்தான் மகிணன். ‘இனிக் கிள்ளையே அரசி'யென்றான் தங்கவேல். 'அனைவரும்

ஒப்ப வேண்டுமே' என்றான் மகிணன். இப்படி உரையாடிய பின்னர் தங்கவேல் சென்றான்.

தனித்துக் கிள்ளையை எண்ணி உருகிக் கொண்டிருந்த மகிணனை அமைச்சன் அடைந்தான். 'விடுதலைப் பட்டயம் வெளியாயிற்றா?' என்றான் மகிணன். அமைச்சன், மன்னனின் காதலை உணர்த்தி, அதற்குத் தடைசெய்யவேண்டாம் என்றும் மகிணனைக் கேட்டுக் கொண்டான். அதற்கு மகிணன் வருந்தித், தன் பெற்றோரின் எளிமை யினையும், தான் நாட்டிற்குத் தொண்டாற்ற முற்பட்ட வரலாற்றினையும், கிள்ளையின் உள்ளத்தில் குடிபுகுந்த திறத்தினை யும் கல்லுங்கரையு மாறு உணர்த்தினான். உணர்ந்த அமைச்சன் ஒன்றும் தோன்றாதவ னாய்ச் சென்றான்.

வாட்பொறை, தன் தங்கை கிள்ளையை அடைந்து 'மன்னனை மணந்தால் வருவது விடுதலை. மறுத்தால் வருவது கெடுதலையாகும்' என்று அறிவுறுத்தினான். ஆனால், கிள்ளை மறுத்து வறிதே அனுப்பினாள் வாட்பொறையை.

அமைச்சனை அணுகி, எப்போது விடுதலை என்றான் தங்கவேல். அரசனின் கருத்தை அறிவித்தான் அமைச்சன். கிள்ளை அங்ஙனமே செய்து நாட்டைக் காக்கலாமே என்றான் தங்கவேல். 'இருவரின் காதலில் இன்னொருவர் தலையிடல் சரியல்ல' என்று புகன்று சென்றான் அமைச்சன்.

மக்கள் உரிமைக்காக ஆர்ப்பரித்தனர். அவர்கட்கு ஆறுதல் கூறி அனுப்பிவிட்டு, அரசனையடைந்தான் தங்கவேல். அரசன் கிள்ளையின் கருத்தை வினவினான். தாங்கள்

நேரே செல்லின் கிள்ளை வயப்படுவாள் என்றான் தங்கவேல்.

மங்கையை நோக்கி மன்னன் நடந்தான். தன் கருத்துரைத்துக் கசிந்தான். மங்கையின் மனமோ மாறவேயில்லை. ஏமாந்த அரசன் ஏகினான் வெளியே. பின்னர் அரசன் ஒள்ளியோனிடத்தில், அமைச்சன் தனக்கு ஒத்துவராததை உணர்த்தி, நீயாவது ஒத்துழைக்க வேண்டுமென்று கேட்டுக் கொண்டான். அப்போது, உரிமைக்காக ஆர்ப்பரித்த (வாட் பொறையின் மாமன் மகனாகிய) தாரோன் முதலிய அனைவரையும் கடிந்து பேசி அனுப்பினான் ஒள்ளியோன்.

பின்பு, கொன்றைநாட்டு மக்கள்மேல் குற்றம் பல சுமத்தி, அதன் வாயிலாக மகிணன் முதலிய தலைவர்களைச் சிறையிலிட வேண்டும் என்று மன்னனும் ஒள்ளியோனும் சூழ்ச்சி செய்தனர். அதன்படி மன்னன் கிழவனாகவும், ஒள்ளியோன் கிழவியாகவும் உருக்கொண்டு ஊர் சுற்றினர். மக்களின் சீர்திருத்தம், முன்னேற்றம் முதலியவற்றைக் கண்டு ஒவ்வொன்றையும் குற்றமெனக் குறித்தனர்.

மன்னன் கட்டளைப்படி மகிணன், வாட்பொறை, தாரோன் முதலியோர் சிறைப்பட்டனர். ஒருவரும் வெளியில் உலவாதபடி மக்களும் துன்புறுத்தப்பட்டனர். கிள்ளையை வயப்படுத்துமாறு தங்கவேல் அனுப்பப்பட்டான்.

கிள்ளையை யடைந்து கெஞ்சினான் தங்கவேல். கிள்ளையோ,

**“தங்கவேல் என்னும் தமிழனைக் காண்கிலேன்
இங்கொரு கோழையை யான்காண் கின்றேன்"**

என்று இடித்துரைத்து அனுப்பிவிட்டாள் அவனை.

மன்னன் மேலும் சிலரைச் சிறையிட்டான். மக்கள் வீட்டை விட்டு வெளியே செல்லாதவாறும், கடைகளையும் தொழிற்சாலைகளையும் திறக்காதவாறும் படைத் தலைவனைக் கொண்டு செய்தான். தங்கவேல் பல கெஞ்சியும் பயனில்லை.

சிறையிலுள்ள தாரோன், மகிணன் முதலியோர் நாட்டை யெண்ணி நைந்தனர். மக்களோ, இருந்த உணவை உண்டு, மேலும் உண்ண உணவின்றிக் ‘கோ’வென்று கூக்குரலிட்டு அழுதுகொண்டு கிடந்தனர்.

ஒள்ளியோன் மன்னனை நோக்கி, விடிவதற்குள் பசியால் மக்கள் மடிவர்; கிள்ளையின் நிலையும் ஐயமே என்றான். பின்பு, மகிணன் முதலியோரையும் மக்களையும் வெளியில் விடுவித்துக், கிள்ளைபாற் சென்று நிலைமையை அறிவிக்கச் செய்தான் அரசன். அனைவரும் கிள்ளையை அடைந்தனர்.

மக்கள் பசியாற்றாது குய்யோ முறையோ என்று கூவி,

**"மங்கை கிள்ளை மன்னனை மணக்க
மகிணன் இதனை மறுத்தல் வேண்டாம்"**

என்று அறிவுறுத்தினர். மகிணனும் கிள்ளையும் செய்வதறியாது திகைத்தனர். மக்கட்குப் போதிய

உணவளிக்கப்பட்டது. பசியாறிய மக்களை நோக்கி, நாளை தக்க ஏற்பாடு செய்யப்படும் எனச்செப்பி வழியனுப்பினான் வாட்பொறை.

மன்னனிடம் மக்கள் நிலையை உணர்த்தினான் வாட்பொறை. மன்னனோ கிள்ளையைப் பற்றிய பழைய பாட்டையே பாடினான். கிள்ளையோ, பஞ்சணை மீது படுத்துப் புரண்டு,

" நாட்டுக் குரிமை நன்றா? என்னுயிர்
வாட்டும் காதற்கு வகைசெயல் நன்றா?"

என்றெண்ணிக் கிடந்தாள். தன் கருத்தை வினவிய தாரோனிடம், 'மன்னனை மணப்பதினும் மாய்வதேமேல்' என்ற அவளும் பழைய பாட்டையே பாடினாள்.

அன்றிரவு பூங்காவில் புலம்பி உலாவிய மகிணனை அமைச்சன் அடைந்தான். தங்கவேல் அனுப்பியதாக ஒரு கடிதத்தைத் தந்தான். அதில், 'மகிணரே! மன்னனின் மனத்தை மாற்றி மக்கட்கு விடுதலை வாங்கும் வழி உங்கையால் கிள்ளையின் உயிரைப் போக்குவதே. யானும் என் வாழ்வை முடித்தவனாவேன்' என்று எழுதப்பட்டிருந்தது. படித்த மகிணன் அமைச்சனிடம் வாளொன்று பெற்றுக் கிள்ளையை நோக்கி நடந்தான்.

மன்னனோ, நாமே சென்று வழங்கிக் கெஞ்சினால் கிள்ளை வயப்படுவாள் என்றெண்ணி, அமைச்சனைப்போல் உருக்கொண்டு விடுதலைப்பட்டயத்துடன் அவள் துயிலிடம் அடைந்தான்.

மகிணனுக்கோ மங்கையைக் கொல்ல மனம் வரவில்லை. ஆயினும் கடமையை முடிக்கக் கைதூக்கினான். கையில் வலுவில்லை. வாள் பொத்தென்று விழுந்தது கீழே. கிள்ளை விழித்துத் திடுக்கிட்டாள். மகிணன் வந்த வரலாற்றை உணர்த்தி, மீண்டும் வெட்டுவதற்குத் தலை குனியச் செய்தான்; மீண்டும் வாள் கீழேயே விழுந்தது. கிள்ளையோ, தானே வாளை வாங்கி வெட்டிக் கொள்ளத் தொடங்கினாள். மறுத்தான் மகிணன். மறித்து மீண்டும் தொடங்கினான். அப்போது மறைந்து நின்ற மன்னன் கிள்ளையைத் தடுத்தான். காதலர் இருவரின் கடமையை வியந்து புகழ்ந்தான். விடுதலைப் பட்டயத்தையும் வழங்கினான். 'நும் விருப்பம் போற் செய்வீர்' என்று வாழ்த்தினான். மகிணனும் கிள்ளையும் மன்னனை வணங்கி நன்றி செலுத்தினர். பின்னர் மூவரும், தங்கவேலின் பிரிவுக்கு வருந்தித் தத்தம் இடம் சார்ந்தனர்.

மறுநாள் காலை மக்கள் விடுதலை நோக்கி நின்றனர். மன்னன் இரவு நடந்த நிகழ்ச்சிகளை மக்கட்குரைத்து,

"நாங்கள் நல்கிய தல்ல அவ்விடுதலை
நீங்களே பெற்றீர் என்று நிகழ்த்தி"

மகிணன் கிள்ளை முதலியோரிடம் நாட்டை ஒப்படைத்துத் தன்னாடு சென்றான். மக்கள் வாழ்த்தி மகிழ்ந்தனர்.

பின்பு, மகிணன் கிள்ளையுடன் பெற்றோரை அடைந்தான். நிகழ்ந்தவை உணர்ந்த பெற்றோர் மணமக்களை வாழ்த்தினர். தந்தை மைந்தனை நோக்கி. நம் நாட்டில் இப்போது பல வசதிகள் இல்லையே

என்றார். அதற்கு மைந்தன், 'இல்லையென்பது இனியில்லை. ஒவ்வொரு வர்க்கும் ஒரு வீடு, ஒரு நிலம், ஓர் ஏர் மாடுகள், ஒரு தொழில் அளிக்கப்படும்;

''அனைவரும் ஒரு நிகர்' என்றான். கேட்ட தாய், 'மைந்தனே! நானும் அவற்றைப் பெற வேண்டுமே! சென்று பெற்றுவர ஒரு நல்லுடை இல்லையே!' என்று புகன்றாள். எப்படி நடுநிலை!

எனவே, இத்தகைய விடுதலைக்கும் நல்லாட்சிக்கும் காரணம், காதலர்களின் காதலா? கடமையா? - எண்ணிப் பாருங்கள்!

- சுந்தரசண்முகனார்

கதை உறுப்பினர்

மாழைப் பேரரசு : மாழை நாட்டு மன்னன்
ஒள்ளியோன் : கொன்றை நாட்டில் இருந்தரசாள்வோன்
மகிணன் : கொன்றை நாட்டன்பர் தலைவன்
வாட்பொறை : கொன்றை நாட்டை முன் ஆண்ட மன்னனின் பேரன்
தாரோன் : வாட்பொறையின் மாமன் மகன்
தங்கவேல் : முன் ஆண்ட மன்னரின் அமைச்சர் பேரன்
கிள்ளை : வாட்பொறையின் தங்கை; மகிணனின் மெய்க்காதலி
ஏனையர் : பொதுமக்களும், அரசவை உறுப்பினர்களும்

இயல் - 1

("ஐந்துநாட் பின்னைநாம் அங்கு வருவோம் வந்து விடுதலை வழங்குவோம் நன்றே")

இடம் *: கொன்றை நாட்டின் ஒருபுறத்து வெளி* **உறுப்பினர்** *: கிள்ளை, மகிணன் முதலியவர்*

நாட்டினை முன்னின்று நடத்தும் மறவர்,
கூட்டம் கூடினர்;
" அன்று நாட்டுக் காவன என்ன"
என்று தம்மில் எண்ணி இருந்தனர்.

அப்போது,
"மாழை நாட்டின் மாப்பே ரரசன்
தந்த திருமுகம் இந்தா" என்று
தந்தான் வந்தொரு தலைப்பாகைக் காரன்.
தலைவனின் இருகை தாங்கின அதனை.

படித்தான்:
"கொன்றை நாட்டின் தலைவர்க்கு
மாழை நாட்டின் மாப்பே ரரசன்
இயம்புதல் என்னெனில்,
ஐந்துநாட் பின்னை நாம் அங்கு வருவோம்
வந்து விடுதலை வழங்குவோம் நன்றே."
என்றது கேட்டு,
மறவர் மகிழ்ந்தனர்; மலைத்தோள் விம்மினர்.
"இறைவனை வாழ்த்துவோம்" என்றனர் சில்லோர்.

“ நாட்டுக் குழைத்தோம் நற்பயன் கண்டோம்
ஆட்பட்டோம் எனும் அல்லல் இல்லை”

என்றான் ஒருவன். எழுந்து விழுந்து
சிரித்தான் ஒருவன். செங்கை கொட்டிஆர்ப்
பரித்தான் ஒருவன். பாடினான் ஒருவன்.
அவர்களில் ஒருத்தி அறிஞன் எழுதிய
ஓவியம் போன்றாள்; ஒன்றும் உரையாமல்
ஆவிநேர் தலைவன் அறைவது கேட்கும்
விருப்பால் சும்மா இருப்பா ளாயினாள்.

தலைவன் சாற்றினான்:
"தோழமை உள்ளீர் தோழமை உள்ளீர்
மாழை நாட்டின் மாப்பே ரரசன்
உரிமை தருவதாய் உரைத்தான்;
தருவதோர் பொருளோ உரிமை?
தருவதோர் பொருளெனில், மீண்டும்
பறிப்பதோர் பருப்பொருள் அதுவே யன்றோ?
வென்ற தோளோடு, மீண்டும்நம் தோள்எனும்
குன்று, சாடிய குருதி தோய்ந்த
வெற்றி நிலத்தில் விளைவதாம் விடுதலை.
மற்றது கெடுதலை மறவர் மாட்சிக்கே."
இது கேட்டுக் கிள்ளை என்னும் அவ்
அழகியோள் “ஆம் ஆம்” என்றாள்.

ஆயினும்,
பிறர், பெரு மூச்செறிந்து பேச லுற்றார்:
ஒருவன், “தலைவரே, ஒன்று கேட்பீர்.
வருவது வருக; மறுத்தல் வேண்டா.
ஆட்சிநாம் அடைவோம்; அதன்பின்,

நாட்டுக் காவன நன்று முடிப்போம்!'
என்றான்.

"மாழை நாட்டு மக்கள், இந்த
ஏழை நாட்டின் இருப்பை யெல்லாம்
குந்தித் தின்று கொழுத்திருக் கின்றனர்.
அந்தமிழ் நாட்டுக் காவன செய்யப்
பொருளும் போத வில்லை"
என்றுமற் றொருவன் இயம்பினான்.

அங்கி ருந் தஅவ் வழகின் பிழம்பு,
தங்கப் பாவை, தையல்மின் னிதழில்
அச்சம் அரும்பிற்று;

"மறுக்க வில்லை மறுக்க வில்லை;"
என்று தலைவன் இயம்பிய அளவில்
அஞ்சிய இதழ்கள் ஆங்கே
கொஞ்சின, "வெல்க கொன்றைநா" டென்றே.

இயல் - 2

("பொதுத்திருமன்று போந்திடு கின்றான் புதுக்குக நகரைப் பொன்புதுக்கு தல்போல்")

இடம் *: கொன்றை நாட்டின் தெருக்கள்*
உறுப்பினர் *: முரசறைவோன், பொதுமக்கள்*

வானேறும் மீசை வள்ளுவன், யானைமேல்
தானே றிக்குறுந் தடியால் இடியென
முழக்கிய பெரியதோர் முரசொலி, மக்களை
அழைத்தது; செவியில் ஆவல் வார்த்தது.

வள்ளுவன் சொன்னான்;
"தெள்ளுதமிழ்க் கொன்றைத் திருநா டுள்ளீர்,
மாழை நாட்டின் மன்னர் மன்னன்
வாழநாம், விடுதலை வழங்கும் நோக்கோடு
பொதுத்திரு மன்று போந்திடு கின்றான்
புதுக்குக நகரைப் பொன்புதுக் குதல்போல்.
தோளை இப் பணியில் தோய்ப்பீர் நன்றே
நாளை விடியலில் நடக்கும் இச்சிறப்பே"

என்னலும்,
மக்கள் மகிழ்ந்தார் வரையறை யிலாது!
தக்கது தக்கது தக்க" தென்றார் சிலர்;

ஒல்லென ஒலித்தனர் சில்லோர்;
பாடினர் சில்லோர் பழம்பெரு நாட்டினை!

ஒருவன் தன்உயிர் ஒப்பான் வாழும்
தெருநோக்கி ஓடிச் செப்பினான் மகிழ்ச்சியை!
மரத்தில் ஏறி மகிழ்ச்சியால் குதித்துச்
சிரித்தான் கால்வலி தெரியான் ஒருவன்.

இப்படி "ஒன்றுவை" என்றான் ஒருசேய்;
அப்பாவை முத்தம் அளியா திருந்தாள்.

'நமக்கு விடுதலை நல்க அரசன்
வருகின்றா னேதெரி வையே!" என்னலும்,
இருபது முத்தம் எண்ணா தளித்தாள்.

பல்லிலாக் கிழவி கல்லுரல் தன்னில்
மெல்லிலை காயினை மெல்ல இடிக்கையில்
விடுதலைச் செய்தி விளம்புதல் கேட்டதால்
தடதட என்றே இடிபட் டதுகல்.
எடுத்தவாய் கொழகொழ என்னும்; அதன்பொருள்
அயலான் நம்மைப் படுத்தி யபாடு
பறந்த தென்பதாம்.

கூரைவேய்ந் திருந்த கூலியாள் அங்கிருந்து
ஆரையோ விரல்நொடித் தழைத்துப் "பார் இனி
ஒருபணத்துக் கொருகலம் அரிசி
தருவார்" என்று சாற்றி, முன்னிலும்
விரைவாய்த் தன்பணி ஆற்றினான்.
பெரியதோர் மகிழ்ச்சியைத் திருநாடு மணந்ததே.

இயல் - 3

*("புல்லெனப் போர்த்தஎன் புறவுடல் காண்பவர்
அல்லலிற் புதைந்தஎன் அகத்தை அறியார்")*

இடம் *: கொன்றை நாட்டின் முன்னாள் அரண்மனை*
உறுப்பினர் *: கிள்ளை தோழி*

*கொதிக்கும் நெஞ்சையும் குளிர்விக்கும் மாலை
மறைந்தது! வந்தது மாய்க்கும் இரவு.
புல்லெனப் போர்த்தஎன் புறவுடல் காண்பவர்
அல்லலிற் புதைந்தஎன் அகத்தை அறிவரோ!'
கிள்ளைஇவ் வாறு கிளத்தினாள்.
தோழி நடுங்கிச் சொன்னாள்:
"என்கடன் யாதோ? என்கடன் யாதோ?
பொன்கடைந் தெடுத்த புத்தொளிப் பாவையே,
உன்நெஞ்சும், இளைத்த உடற்கு மருந்தும்,
பின்னாள் விரும்புமுன் பெருவாழ்வின் நோக்கமும்,
தன்னுளம் நாட்டுக்குத் தந்த தலைவன்பால்
சொல் எனில் சொல்வேன்,'
என்னலும்,
"ஏசினேன் தோழி யான்உனை,
மறந்துவிடு,
பிறந்தார் எல்லாம் பிழைசெயல் உண்டு.*

*பொய்கைதன் நீரால் புன்செய் காத்தல்போல்
ஐயன் உள்ளத் தன்பெலாம் நாட்டுக்
காக்கினான் தோழி, ஆம் ஆம். ஆயினும்*

என் செய்வேன்?
உன்னை ஒன்று கேட்பேன்:
நினைவும், தொண்டும் நிழலும் உடலுமாய்ப்
பிழையாது பிறழாது பெருநாடு காப்பவன்
ஆயினும் ஆகுக.

மோப்பதும் பார்ப்பதும் முடுகலும் குட்டியைக்
காப்பதற் கென்னும் கருவரிப் பூனைபோல்
கொன்றை நாட்டின் குடிகட் கென்றே என்றும்
உழைப்பான் இம்மியும் தாழான்
ஆயினும் ஆகுக.

கைவிரைந் தில்லம் காப்பவள், தெருவில்
ஐயம் என்றால் அளிக்க அணுகல் போல்,
என்நிலைக் கிரங்கி என்பாற்
சிறிது பொழுது, சிறிது பேசி
நிறைய என் நெஞ்சில் நறவு பெய்து
போனால் என்ன? புகல்வாய்" என்றாள்.

'உன்னரும் முகத்தில் ஒளியும் குறைந்ததே''
என்றாள் தோழி.

''திங்கள் ஒளிபெறல் செழுங்கதிர் வரவால்''
என்றாள் கிள்ளை.

அதே நேரம்,
கள்ளிருந்த மொழியாளின், அன்னை
உள்ளிருந் தழைக்க, ஓடினாள் பறந்தே.

இயல் - 4

*" பெருமக்கள் கூட்டம் பெருவானம் போன்றது
திருமிக்கான் முகம் செழுநிலவு போன்றது.")*

இடம் *: கொன்றை நாட்டின் தெருக்கள்*
உறுப்பினர் *: மாழைப் பேரரசு, மக்கள்*

*"புலர்ந்தது புதுநாள் புதுநாள்," என்றனர்.
மலர்ந்தன முகங்கள், மலர்ந்தன உள்ளம்,
எங்கணும் ஆர்வம், எங்கணும் எழுச்சி,
கொன்றை நாடு கொள்ளா மகிழ்ச்சியில்
அன்று குளித்தது.*

*காற்சி லம்பு கைவளை குலுங்க,
மேற்பொன் னாடை விண்ணில் மிதப்ப,
இல்லம் புதுக்கினர் மெல்லியர்; அழகின்
செல்வம் விளைத்துச் சிறப்புச் செய்தனர்.*

*வாழையும் தெங்கும், வளர்தரு கமுகும்,
தாழைப் பெருங்குலை தாங்க வரிசையாய்
அடர்ந்தன. வானை அளாவும் பந்தர்கள்
தொடர்ந்தன, இடைவெளி தோன்றா வண்ணம்.*

*மணியுடை மணியிழை மக்கள் அணிந்தே
அணிபெறத் தெரு அனைத்தும் நின்றனர்.
வீட்டு வாயிலில் வேந்தன் வரவெண்ணிக்
காட்டி மறைவன காதல்மின் னார்முகம்.*

தெருவில் அமைந்த திருமன்று தோறும்
உருவில் அமைந்த ஒண்டொடி மாதர்
ஆடினர்; பாடினர்.
நீடிசைக் கருவிகள் நிறைத்தன அமுது.
முரசம் அதிர்த்தன.

அரசன் வந்தான், அரசன் வந்தான்"
என்றசொல் கடலென இரைதல் ஆனது.

தேன்நிறை மலர்க்காடு செலும்வண் டுகள்போல்
யானை வரும்வழி ஏகின விழிகள்.

எள்ளும் விழாவணம் இருந்த கூட்டத்தில்
குள்ளன் ஒருவன் குதித்துக் குதித்து
மன்னன் ஆங்கே வருவது பார்த்தான்.
கமழ்பொடி இறைத்தன கைகள்; வாயெலாம்
தமிழ் மலர்ந்தது "தமிழகம் வாழ்"கென.

நிரல்பட நின்ற நெடுங்குன் றங்கள்
வரல்என வந்தது மாக்கா லாட்படை;
காலடி போல்இசைக் கருவிகள் முழங்கின.
சாலடி நீலத் தலைப்பா கையினர்,
வாளொடு சுமந்து வருங்குதி ரைப்படை
தாளத் திற்குத் தாள்ஒத்து வந்தது.

கையலைத்து யானைக் கடற்படை வந்தது.

வையத்தில் காலும் வானத்தில் முடியுமாய்த்

தேர்ப்படை வந்தது.

சிம்புள் வடிவின் அம்பாரி மீதில்
செம்பரிதி போலத் திருமாழைப் பேரரசு
வீற்றிருக்க, விரிகருங் கடல்போல்
தோற்றஞ்செய் யானை சுமந்து வந்தது.

பெருமக்கள் கூட்டம் பெருவானம் போன்றது.
திருமிக் கான்முகம் செழுநிலவு போன்றது.

செவியெலாம் இன்னிசை, செழுமணம் மூக்கெலாம்
தவழ்ந்தன.

திருவுலாப் போந்த மன்னன்
ஒருபொது மன்றில் உற்றிருந் தனனே.

இயல் - 5

("பாலின் நுரைநிகர் பருத்தி உண்டெனினும்
மேலுக்கோர் கந்தை மிஞ்ச வில்லை.")

இடம் *:* கொன்றையில் ஊர்ப் பொதுமன்று
உறுப்பினர் *:* மாழைப் பேரரசு, கொன்றைத் தலைவர்கள், மக்கள்

ஊர்ப்பொது மன்றில் மாப்பே ரரசன்
சீர்பெரு மேடையிற் சென்றமர்ந்தான்.

அமைச்சன் அருகில் இருந்தான்.

கொற்றவன் பேரால் கொன்றை நாட்டில்
உற்றர சாளும் ஒள்ளியோன் இருந்தான்.

நாட்டை முன்னின்று நடத்து கின்ற
வாட்பொறை இருந்தான், மகிணன் இருந்தான்,
தாரோன் இருந்தான், தங்கவேல் இருந்தான்.
தலைவன் மகிணன் எழுந்தான்.

பொலந்தார் மன்னற்கு நலம்பல புரிந்து
தலை வணங்கிச் சாற்றுவா னானான்:

"ஆழிசூழ் வையத் தழியாப் பெரும்புகழ்
மாழை நாட்டு மாப்பே ரரசே! வாழிய!

கொன்றையை வெற்றி கொண்ட ஏந்தலே!
நன்றுநும் செங்கோல், நாளும் வாழிய!
பன்னா ளாக இந்நாட்டு மக்கள்
நன்னிலை நோக்கி நடப்பார் ஆயினர்;
செந்தமிழ் என்னும் தேனாறு பாயாத
உள்ளம் ஒன்றும் இல்லை.
கல்வியைக் கண்ணும் கருத்துமாய்க் கற்றனர்.

அதனால்,
இந்நாட்டில் பிறரால் இறக்குமதி பெற்ற
சாதி, நினைப்பிலும் தங்கா தகன்றது.
பெண்கள் விடுதலை பெற்றனர்.
கைம்மை இல்லை.
சமயப் பிணக்கெனும் சழக்கும் இல்லை.
ஆனால்,

அன்புடை அரசே,
நிலத்தின் வருவாய் நிறைய உண்டெனினும்
உலைக்கரிசி மக்கள் உணவுக்குப் போதா.
பாலின் நுரைநிகர் பருத்திஉண் டெனினும்,
மேலுக்கோர் கந்தை மிஞ்ச வில்லை,
தேக்கும் பனையும் தென்னையும் இருக்கையில்,
மூக்குமுனை தரையில் முட்டக் குனிந்து புகும்
குடிசைகள் நகும்படி உள்ளன.

ஆதலின்,
பிணிகள் பெருகின.
மன்ன! நின் பேரால் கொன்றை நாட்டில்
நன்முறை ஆட்சி நடத்தும் ஒள்ளியோன்

இந்நிலை உம்பால் இயம்பிய தாலே
விடுதலை அருள விரும்பினீர்;
கெடுதலை நீக்கிடக் கேட்டோம் யாமுமே!'

இயல் - 6

("விடுதலைப் பட்டயம் விரைவில் எழுதி முடிப்பதாய் மன்னன் மொழிந்தான்")

இடம் : கொன்றையில் ஊர்ப் பொதுமன்று
உறுப்பினர் : மாழைப் பேரரசு, கொன்றைத் தலைவர்கள், மக்கள்

"வாழிய! கொன்றை நாட்டு மக்களே! அந்தக்
கோழி நாட்டான் கொடியவன் கண்டீர்.
அன்னோன் இந் நாட்டின் அருகில் வாழ்கின்றான்;
என்நாட் டின்மேல் எரிவுகொண் டுள்ளான்;
படை திரட்டுகின்றான்.

மாழை நாட்டை மாய்த்திட எண்ணினான்.

ஆதலின்,
மாழை நாடும் மாப்பெருங் கொன்றையும்
என்றும் போரில் ஒத்திருத்தல் வேண்டும்
அப்படி நமக்கும் ஓர்ஒப்பந்தம் தேவை.
எழுதுக இன்றே; இடுக கைச்சாத்தே"
என்றான் மன்னன். இதுகேட் டனைவரும்,

தப்பா தொப்பந்தம் தந்து முடித்தனர்.
விடுதலைப் பட்டயம் விரைவில் எழுதி
முடிப்பதாய் மன்னன் மொழிந்தான்.
மொழிந்தவன்

மன்றின் உயர்ந்த 'மேல் மாடியில்'
அன்றிரவு துயின்றான் அக மகிழ்ந்தே.

இயல் - 7

("தெள்ளுநீர் ஆடுவார்க் கண்டான். கிள்ளையைக் கண்டான் உள்ளம் இழந்தானே'')

இடம் *: மாடி, நிலா முற்றம்*
உறுப்பினர் *: மாழைப் பேரரசு, கிள்ளை*

மாடியில் துயின்ற மன்னன் எழுந்தான்.
பாடி வாழ்த்திய பலரையும் அனுப்பிக்
காலைக் கடனைக் கடிது முடித்தான்.
பாலில் நனைந்த பண்ணியம் அருந்தி
ஏட்டை எடுத்தான்; எழுதுகோல் தொட்டான்;
நாட்டுக்கு விடுதலை நல்குதல் எழுத
எச்சொல் புணர்ப்ப தென்று நினைத்தான்.
" அச்சொல் அமைக்க அமைச்சன் அறிவான்"
என்றான், எழுந்தான் இளங்கதிர் எழுந்து
பொன்ஒளி கொழிக்கும் புதுமை காண
மாடிநிலா முற்றம் வந்து லாவினான்.

பாடின பறவைகள், பருகினான் செவியால்.
மலர்மணம் தூக்கி வந்தது காற்று. நெடுவிழி
போக்கினான் நேரில்ஓர் சோலை அழகு
பொழியக் கண்டான்.
கடிமலர்ச் சோலையின் நடுவில் ஒருகுளம்.
அக்குளம் நிறைய அழகிய தாமரை.
அம்மலர் பறிக்கும் கைம்மலர் பலப்பல.
சேலொடு சேலாய்த் திகழ்விழி பலப்பல.

மேலுடை நனைய மின்னுடல் பலப்பல.
தெள்ளுநீர் ஆடுவார்க் கண்டான்.
கிள்ளையைக் கண்டான் உள்ளம் இழந்தானே.

இயல் - 8

*("செம்மாதுளை உடைந்ததெனச் செவ்விதழ் மின்னிக்
கொடிமுல்லையெனக் குலுங்கச் சிரித்தாள்.")*

இடம் : *மாடி, நிலா முற்றம், சோலை*
உறுப்பினர் : *மாழைப் பேரரசு, நீராடியோர், மக்கள், அமைச்சன்*

*விண்மீன் எனப்பலர் விளங்க, நிலாமுகப்
பெண்ணாளைக் கண்ட பேரரசு வியந்து
கொடுத்ததை வாங்காக் கொடையா ளர்போல்
விடுத்த விழியை மீட்கா திருந்தான்.
நீரா டியபின் நீள்விழி மடந்தையர்,
நனைஉடை நீக்கி நல்லுடை உடுத்தனர்
கனியிதழ், கண்ணாடிக் கன்னஞ் சிவக்கச்
சிரித்தபடி சென்றார்; வியர்த்தபடி நின்றான்!
மன்னனின் பின்புறமாக
அமைச்சன் வந்தே "அரசே!" என்றான்
இமைக்காது பார்த்தவன் இப்புறம் திரும்பி,
"உள்ளம் கொள்ளை கொண்டு பிள்ளையன் னம்போல்
தெள்ளுநீர் ஆடிச் செல்கின்றாள் அதோ,
அவள்யார்? அமைச்சனே! அவள் யார்?" என்றான்.*

*'தவழ்முகில் போலும் தாழ்குழலுடன் அதோ
இடதுகை முடக்கி இடைமேல் ஊன்றித்
தடமலர்க் கையசைத்துத் தனி ஒருவஞ்சிக்
கொடிஇடை துவளச் சிலம்பு கொஞ்ச*

நடையழகு காட்டும் நாடக மயிலா?
அவள்தான்
மகிணன் உளத்தில் வாழும் கிள்ளை,
அவனும் அவள்பால் அன்பு மிக்கவன்.
நேற்று மாலை, நேரிழை, தென்றற்
காற்றினில் உலவுதல் கண்டு யார்என
ஒள்ளி யோனை உவப்புடன் கேட்டேன்.
வெள்ளையாய் அப்படி விளம்பினான் என்னிடம்
விண்ணோ நிலவால் விளக்கம் அடைந்தது.
தண்கடல் முத்தால் தனிச்சிறப் புற்றது.
தரையோ தானறிந்தது பிறர்க்குச் சாற்றும்
அருமை மக்களால் பெருமை பெற்றது.
மாண்புறு மக்களோ மங்கையர் தம்மால்
தள்ளொணாப் பெருமை சார்ந்தனர் - மங்கைமார்
கிள்ளை ஒருத்தியால் கெடாதசீர் பெற்றனர்;
யான்பெற்ற முதுமையும் இவள்போல் ஒருமகவை
ஏன்பெறா திருந்தேன் என்றவா வுற்றது!'
"பழிஒன்று சொல்லப் படாத மேனி
அழகால் வையத் தாட்சி நடாத்தினாள்''
என்றான் அமைச்சன். இவ்வுரை வேந்தற்கு
நின்றெரி தீயில் நெய்யா யிற்று.

மன்னன் சொன்னான்:
"அன்புடை அன்னை என்னை வளர்க்கையில்
பொன்னுடை, மணி இழை, புதுச்சுவைப் பண்டம்
இவற்றால் நான்மிக இன்பம் பெற்றதாய்
நவின்றாள். பின்னர் நான் அரசு பெற்றே
இந்நிலம் வாழ்த்த இருக்கையில் நான்மிக
நன்நிலை உற்றதாய் நவின்றனர். பகைவரை

வென்ற போதில் என் வெற்றியை வியந்தனர்.
அன்றுநான் மணந்த அழகிலா ஒருத்தியால்
இன்பம் பெற்றதாய் எண்ணினேன். இதுவரை
துன்பம் உற்றேன்இத் தோகையைப் பெறாததால்,
நெஞ்சு நெருப்பாயிற்று நேரில் கண்டதும்;
வஞ்சி எனக்கெனில் வாழ்வெனக் குண்டு;
மணமா காத மங்கை: மண்ணில்நான்
பிணமாகு முன்பு பெறத்தக்க பேறு!
சற்றுமுன் என்கண் பெற்றது கேட்பாய், சும்மா,
கைப்புறம் தோழி தொட்டாள்,

அம்மங்கை,
செம்மாதுளை உடைந்ததெனச் செவ்விதழ்
மின்னிக் கொடிமுல் லையெனக் குலுங்கச்
சிரித்தாள்.
வைய விளக்கை, என் வாழ்வின் பத்தைநான்
கையோடு கொண்டுபோய் உய்யு மாறு
"செய்க அமைச்சனே!" என்று செப்பினான்.

அப்போது,
மன்றினை நோக்கி மக்கள் மொய்த்தனர்
இன்றுதான் விடுதலை என்று கூவினர்.
மாடியில் இருந்த மன்னன் உணர்ந்தான்.
ஓடி அங்கே உள்ளவரிடத்தில்
'நாளை விடுதலை நல்குவேன்'' இதனைக்
கூறுக என்று கோமான் கூறினான்.
அதனை அமைச்சன் கூற
புதுமை இதுஎன்று போயினர் மக்களே.

இயல் - 9

("நின்னருந் தங்கையை என்னருமன்னன் விரும்பினான்,
கிள்ளை விரும்புவாள் அன்றோ?")

இடம் *: கொன்றை நாட்டு மன்று*
உறுப்பினர் *: ஒள்ளியோன் வாட்பொறை*

திருந்திய கொன்றைத் திருநாடு தன்னில்
இருந்தர சாளும் எழிலுடை ஒள்ளியோன்
தனக்கென அமைந்த தனிமணி மன்றில்
வனப்புற அமர்ந்து, வாட்பொறை வரவை
எண்ணி இருக்கையில் எதிர்வந்தான் அவன்;

"வருக வருக வாட்பொறை, அமர்க.
திருமணம் பற்றிய செய்தி கேட்பாய்,
நின்னருந் தங்கையை என்னரு மன்னன்
விரும்பினான். கிள்ளை விரும்புவாள் அன்றோ?
பார்புகழ் மாழையின் பட்டத் தரசியாய்ச்
சீர்பெறல் உனக்கும் சிறப்பே அன்றோ?"

என்னலும்,
வாட்பொறை உரைப்பான்:
'கிள்ளையை அன்றோ கேட்டல் வேண்டும்?
கிள்ளையின்,
உள்ளம் பறித்தவன் ஒருவன் உள்ளான்
அவனும் அவள்பால் அன்புளான் போலும்"

என்னலும்,
"வாட்பொறை, வாட்பொறை, கேட்பாய், கேட்பாய்,
ஆட்பட்ட நாட்டை மீட்டல் வேண்டும்நீ!
இணங்கா ளாயின் எத்தீங்கு நேருமோ!
மணந்திடச் சொல்க! வஞ்சி இதனை
மறுப்பது விடுதலை மறுப்ப தாகும்.

அதனால்
கொன்றை நாட்டினர் கொடுமை ஏற்பார்,
என்றும் உன்னையும் இளையாள் தன்னையும்
தூற்றுவ ரன்றோ? சொல்க அவட்கிதை"
என்றான் ஒள்ளியோன்.

நாளை விடுதலை ஏடு நல்குதல் உண்டோ"
என்று கேட்டான் எழிலுறும் வாட்பொறை.

" இன்று கிள்ளை இணங்குதல் உண்டோ"
என்றான் ஒள்ளியோன்.

"ஐயகோ மக்கள் அவாவும் விடுதலை
எய்தல் வேண்டுமே" என்றான் வாட்பொறை!

"என்றன் நாட்டுப் படையும் யானும்
கொன்றை நாட்டினின்று நீங்கிட,
அரசனோடு கிள்ளையை அனுப்புக, அனுப்புக,
விரைக" என்று விளம்பினான் ஒள்ளியோன்.
சாவுபடு முகத்தொடு வாட்பொறை
ஆவன செய்வதாய் அறைந்து சென்றானே.

இயல் - 10

*("ஓர்உளம் பெருநாட்டை ஓம்புதல் ஒண்ணுமோ?
சீருளம் ஒருநாள் தீயுளம் ஆகும்.")*

இடம் *: கொன்றை நாட்டில் ஒரு தனியிடம்*
உறுப்பினர் *: தங்கவேல், மகிணன்*

*"நாளும் சொற்பெருக்கு நடத்தியும் அலைந்தும்
தோளும் உள்ளமும் துன்புறப் பெற்றேன்.
இன்றுதான் அமைதி எய்தினேன்.
மக்கள் 'என்று விடுதலை என்று விடுதலை'
என்று பன்னாளாய் இடரில் மூழ்கினர்,
இன்றுதான் மகிழ்ச்சி எய்தினர்" என்று
தங்கவே லிடத்தில் சாற்றினான் மகிணன்.*

*"நாட்டுக் கான நல்ல சட்டங்கள்
தீட்டுதல் வேண்டுமே. திருநாட்டி னின்று
மாழை நாட்டின் மாப்பெரும் படையும்,
ஆழக் குந்தி அலுவல் பார்க்கும்
ஒள்ளியோன் கூட்டமும் ஒழிந்தபின் இங்குக்
கிள்ளைக்கு மணிமுடி கிடைக்கும் வண்ணம்*

*முயலுதல் வேண்டும். மொய்குழல் தன்னினும்
அயலவர் பல்கலை ஆய்ந்தார் அல்லர்.
மேலும், பெண்கட்கு விடுதலை தருவதாய்
ஏலு மட்டும் இயம்பி வந்தோம்.*

அதற்கடை யாளம் அமைத்தல் வேண்டும். இது என் எண்ணம்'' என்றான் தங்கவேல்.

''ஓர்உளம் பெருநாட்டை ஓம்புதல் ஒண்ணுமோ?
சீருளம் ஒருநாள் தீயுளம் ஆகும்
ஆதலால்,
பல்லார் கூடி நல்லன நாடி
அல்லலை நீக்கும் ஆட்சியே ஆட்சியாம்"
என்று மகிணன் இசைக்கத், தங்கவேல்,

'பல்லார் கூடிப் பாங்குற அமைத்த
நல்லதோர் முடிவை நடத்து தற்கும்
மேல்ஒரு தலைவன் வேண்டு மன்றோ?
சேலினை நிகர்விழித் தெரிவையைத் 'தலைவி'
ஆக்குதல் நன்றே அன்றோ'' என்றான்.

'ஆக்குவோர் நீ, நான் அல்லோம், நாட்டினர்
அனைவர் ஒப்பமும் அதற்கு வேண்டும்.
இனிநாம் கூடிச் சட்டம் இயற்றுவோம்'
என்று மகிணன் கூற
''நன்றெனத் தங்கவேல் நடந்தான் ஆங்கே.

இயல் - 11

("ஏழையேன் அவட்கும் தாழ்குழல் எனக்குமாய் வாழுகின்றோம்")

இடம் *: கொன்றை நாட்டில் ஒரு தனியிடம்*
உறுப்பினர் *: மகிணன், அமைச்சன்*

தங்கவேல் போனபின் தனிமையில் மகிணன்
மங்கையை நினைத்து வாட லானான்.
அவன் கண்ணெதிரில்,
வெயில் தழுவியதோர் வெறுவெளி தனில், அவ்
வயில்விழிக் கிள்ளை அழகு காட்டினாள்.
மங்கா உடலெனும் மாற்றுயர் பொன்னையும்,
பொங்கும் சிரிப்புப் புத்தொளி முகத்தையும்
வகைபெறு கழுத்து வலம்புரிச் சங்கையும்
விழிநீ லத்தையும் மொழிஅமு தத்தையும்
இதழ்ப்பவ ழத்தையும் இந்தா என்றே
எதிரில் வைத்தே எழிலுறு கிள்ளைதன்
அன்பெனும் நீர்வார்த் தளித்து நின்றாள்
இன்பத்தை மகிணன் இருகையால் தாவினான்.
இருவிழி ஏமாந்து போக, இஃதவள்

உருவெளித் தோற்றமென் றுணர லானான்
ஏழையேன் அவட்கும் தாழ்குழல் எனக்குமாய்
வாழு கின்றோம் மணந்தின் பம்பெற
இன்றுநான் எண்ணினும் இயலும். ஆயினும்
கொன்றை நாட்டைமுன் னின்று நடாத்தத்

தலைமை ஏற்கச் செய்தனர்
நாடு தந்த நல்லதோர் புகழால்
தேடரும் கிள்ளையைத் தேடிக் கொண்டான்
என்று வையம் என்னை இகழும்
என்றே எண்ணி இருக்கையில்,
அமைச்சன் வந்தான்.

'விடுதலை அறிக்கை வெளிவந்ததுவோ"
என்று மகிணன் இயம்ப, அமைச்சன்
"கொன்றை, கிள்ளையைக் கொடுப்பின் அன்றே
மாழை, விடுதலை வழங்குமாம்" என்றான்.
கேட்டவன் யார்என்று கேட்டான் மகிணன்
வாட்படை கொண்ட மன்னன்என் றானவன்.

'பறித்தார் பெறுவது பாவை உளமலர்:
மறுத்தாள் என்னின் மன்னன் செய்வதென்?
பெண்தந்து விடுதலை பெறச்சொல் வதுவோ?
கண்ணிருக்க மேன்மைக் கருத்திழந் தானோ"
என்று மகிணன் இசைத்தான் அமைச்சன்.

"ஒன்றுகேள் மகிணனே உன்னால் ஒரு தடை
நேராது நடத்தல் நின்கடன்" என்றான்.

மகிணன் புகல்வான்:
'சூல்கா ணினும் கதிர்பால் காணாத
காலே அரைக்கால் காணி அளவில்
விளையா நிலத்தை வித்தி, அறுத்தும்
எளியார்க் கீந்தபின் எஞ்சிய நெல்லால்
தன்னையும் தன், உடல் தளர்மனை வியையும்,

என்னையும் காக்குமோர் ஏழை உழவனின்
மைந்தன் நான்;
ஒருநாள் களத்தில் ஒட்டிய நெல்லைத்
தருவோர்க்குத் தந்தபின் வருவாய் நோக்கினேன்.
செக்கேற்றம் இறைத்தவன் வைக்கோலைக் கூலியாய்க்
கைக்கொண்ட தால்வெறுங் கையோடு நின்றேன்.
நின்றஎன் அண்டையில் நீர்தேங்கி நின்றதால்

என்றன் உடல்நிழல் யான்அதில் கண்டேன்.
கற்பாறை போலக் கண்டேன் என் தோளை,
நிற்கும் என்னுடலை நெடுநாள் ஓம்பிய ஏழை
யன்னையார் ஏழை அப்பர், கூழின்றி வாடும்
கொடும்பசி யுடையார், அம்முதி யோர்க்கே
இம்மலை யுடலதால் இம்மியும் - பயனே
இல்லை யன்றோ? எங்கே நெல்லென
எனைஅவர் கேட்டால் இல்லை என்பதோ
இருக்கும்இக் கொடியேன் என்று வருந்தினேன்.
அன்றுதான் என்னருங் கொன்றைநாட் டன்பர்
மக்களுக் குழைக்க வா என்ற ழைத்தனர்
நான் அதைத் தந்தையார்க்கு நவின்றேன்,
தந்தையார்
கூனுடல் தாயார்பால் கூறினார்
தாயார் சாற்றினார்:
காலே அரைக்கால் காணியை விற்றும்
பாலே றியநம் பசுவை விற்றும்,
செம்புழுக் கலரிசி சேர்த்து வாங்கித்
தும்பைப் பூவெனச் சோறு சமைத்தே
எருமை முதுகெலும்பு பருமனில் கொல்லை
முருங்கை மரத்திற் பெருங்காய் பறித்துக்

குழம்பிட்டுன் தந்தைக்குக் கும்பிட்டுப்
படைப்பேன்,
தொழும்பு பட்ட நாட்டுக்குத் தொண்டுசெய்,
என்றருள் செய்தார். நன்றென்று வந்தேன்.
தந்தை யார்க்கும் தாயார் தமக்கும்
எந்த நலமும் இல்லா என்னுடல்
எழிற்பெரு மக்களை ஈன்றநாட் டுக்கு
விழிப்பொடு சிறிது வேலை செய்ததாய் இருப்பின்,
இன்பம் எனக்கதைப் பார்க்கிலும் இராது. கிள்ளை
என்னை விரும்பினாள்; என் உளம் ஐயா என்சொற்
கேட்காது

தென்னையின் வரியணில் புன்னையில்
பாய்தல்போல்
கொடியிடைக் கிள்ளைபால் குடிபோ யிற்றே.
விடுதலை விரும்பாக் கொடியன் நானோ."
என்று பெருமூச் செறிய நின்றான்!

'இன்னல் என்ன எய்துமோ"
என் றுநல் லமைச்சன் ஏகி னானே.

இயல் - *12*

("மன்னனை மணந்தால் வருவது விடுதலை மறுத்தால் வருவது கெடுதலையாகும்.")

இடம் : கொன்றை நாட்டின் முன்னாள் அரண்மனை
உறுப்பினர் : கிள்ளை, வாட்பொறை

'என்னருந் தங்கையே, எழிலுறு கிள்ளையே,
இன்னல் வந்ததே உன்னால்" என்றான்.

அண்ணன் இவ்வா றறைதல் கேட்ட
கிள்ளை, "என்னால் கேடோ விளைந்தது?
விளைந்த தெவ்வாறு விளம்புக" என்றாள்.

மன்றின் மாடியில் மன்னன் உலவினான்
அன்றுநீ நன்னீர் ஆடச் சென்றனை.
கண்ணாற் கண்டான் காதல் பொங்கினான்.
புண்பட மன்னன் புகல்வ தென்எனில்,
'அவள்என் பட்டத் தரசி ஆனபின்
இவண்நான் விடுதலை ஈவேன்' என்றான்.
என்று வாட்பொறை இயம்பி நின்றான்.
இவ்வுரை கேட்ட எழில் சேர் கிள்ளையின்
செவ்விதழ் துடித்தது, சேல்விழி எரிந்தது.
'மகிணனைக் கொண்டவள் மன்னனைக் கொள்வளோ!
அகன்ற மார்பினன்; அடல்மலைத் தோளினன்;
பெருமக்கள் நலம் பேணும் ஆற்றலன்;
அருள்மிக்க விழியினன்; அன்புளான் என்பால்!

இதனை மன்னனுக் கெடுத்துரைத் தீரோ?"
என்று கிள்ளை இயம்பிய அளவில்
ஒன்று சொல்வேன் உற்றுக் கேள் என்று
வாட்பொறை சொல்வான்:
"நீ, இன்று
மன்னனை மணப்பதால் மாட்சி குறையாது;
மணந்தால் வருவது விடுதலை,
மறுத்தால் வருவது கெடுதலை யாகும்.
நனிபசி கொண்ட நாட்டு மக்கள்,
கிள்ளையால் வந்தது கெடுதலை என்று
விள்ளுவார், விழிநீர் வெள்ள மாக
அழுவார். ஏழையர் அழுத கண்ணீர்
கூரிய வாள்எனக் கூறினர் பெரியோர்.
மேலும் கேட்பாய்.
மன்னனை மணப்பதால் மாட்சி குறையாது;
மகிணனை மணந்தால் நகுவர் உறவினர்!
வயிறொட்டிய நாயும் வெயில்கண்டு கூவாது
துயில்கின்ற சேவலும் பயில்சிற் றூரில் காட்டா
மணக்கும் கள்ளியும் மறைக்குமோர் மோட்டு வளை
சுரை மூடிய குடிசையில் அரிசி கிடைப்பின்
அடுப்பு மூட்டும்நாள்
திருநா ளாகக் கருதும் எளியார்க்குக் கந்தை
சுமந்து கையாற் கசக்கி
வந்து மரவட்டை மண்ணில் உலர்த்தும்
நகுமகன் அன்றோ மகிணன்? கருதுவாய்,
தகுமகள் அன்றோ தையல்நீ" என்னலும்,

கண்ணீர் அருவி வெண்துகில் நனைத்து

மண்ணிற் சாய்ந்து வழியக், கைம்மலர் முகமலர்க்
கண்ணை மூட, விம்மி அகமலர் மெய்ம்மலர் அதிரக்
கிள்ளை ஒய்எனக் கூறினும் ஓயா தழுதாள்

சேயிழைக் குரிய செம்மல் மகிணனை
இகழ்ந்தது பற்றி அகம்கொதித் தாள்என
வாட்பொறை எண்ணினான். வஞ்சி, "ஐயகோ!
பொருளிலார் இழிந்தோர் என்று புகலும்
இருளுளம் படைத்தோர் இருக்கின்றாரே
அயர்ந்தார் அயர அகப்பட்டது சுருட்டப்
பயின்றார் கையிற் பட்ட பழிப்பொருள்,
இழிஞன்என் றொருவனை இயம் புமாயின்
அழிபொருள் இன்றே அழிதல் வேண்டும்.
அழிபடத் தக்க வழிதான் என்னெனில் உண்ண உடுக்க
உறைய நுகர ஆம்
மண்பொருள் சரிநிகர் மக்கட் பொதுவெனச் சட்டம்
செய்வதாம்.
அண்ணா நீவிர் என் அன்பனைப் பழித்தீர்
எண்ணிலாப் பெரும்பொருள் எனக்கும் உண்டு
மாயாது நான் உயிர் வைத் திருப்ப தற்கோ
அகப்பொருள் காரணம் அல்ல அல்ல. தக்கஅம்
மேலோன் மக்கள் நலத்திற்குத் தொண்டு செய்து
தொலைக்கும் நாட்களில் ஒருநாள் ஒருபொழு
தொருநொடி, என்னெதிர் வருவான்; மின்என
மறைவான் அதனால் மாயாது மண்ணில்
வாழு கின்றேன், ஒன்றுதான் என்றன் உறுதி:
உயர்வுறு குன்றினில் சுடர்படு கொடிபடர்ந் ததுபோல்
அவன்தோள் என்னுடல் ஆரத் தழுவுதல்" என்றாள்.
வாட்பொறை நின்றான்
சென்றான் கீழ்நோக்கு கின்ற முகத்தோடே.

இயல் - *13*

("அங்கே அரசன் அவள் நினைவாக இருந்திடுகின்றான் எரிந்திடும் உளத்தொடு")

இடம் : கொன்றை நாட்டின் அரண்மனை
உறுப்பினர் : அமைச்சன், தங்கவேல்

'செங்கதிர் இல்லையேல் திங்கட்குச் சீர்இலை
என்பது போல, எங்கை,
மகிணன் இல்லையேல் வாழேன் என்றாள்"
மகிணனோ,
"தன்னைக் கிள்ளைக்குத் தந்ததாய்ச்" சாற்றினான்
என்றான் அமைச்சன்.
"எங்ஙனம் விடுதலை" என்றான் தங்கவேல்.

'அங்கே அரசன் அவள்நினை வாக
இருந்திடு கின்றான் எரிந்திடும் உளத்தொடு!
மருந்தொன்றும் அறியேன் மக்கள் நோய்க்கு!
மகிணனும் கிள்ளையும் மற்றவர் தம்மினும்
மிகுந்த விருப்பினர் விடுதலை பெறுவதில்.
அவர்பால் என்னநாம் அறைதல் கூடும்?
தவறோ இழைத்தனர்? சற்றும் இல்லையே"
என்றான் அமைச்சன்.

தங்கவேல், "தீங்கைத் தவிர்க்க எண்ணி, அம்
மங்கை மன்னனை மணந்து கொள்வது
நன்றே அன்றோ" என்று கூறினான்.

"முன் ஒருவன்பால் முழுதும் சென்று
பின் ஒருவன்பால் பெயர்வ தென்பதை
ஒப்பார் தமிழர். பிற இனம் ஒப்பும்.
இருவர் கொண்ட எண்ண மதனில்
தலையிடல் என்பது சரியல; இதுதான்
மக்கட்கு மக்கள் வைக்கத் தக்க உயர்வாம்"
என்று கூறி
அயலில் சென்றான் அமைச்சன் ஆங்கே.

இயல் - 14

("கோடையிற் குளிர்மலர் ஓடைஎங்கே? ஆடுமயில் எங்கே? பாடுகுயில் எங்கே?)

இடம் *: ஊர்ப் பொதுமன்று*
உறுப்பினர் *: மாழைப் பேரரசு, தங்கவேல், பொதுமக்கள்*

மறுநாள் ஊர்ப்பொது மன்று சூழ
நிறைபெறு மக்கள் நின்றனர். மன்னனை
விடுதலை அறிக்கை வேண்டிக் கூவினர்;
விடுவழி விடுவழி வேந்த னிடத்துச்
சென்று நானே செய்தி அறிவேன்
என்றான் ஒருவன்! நன்றோ இதுதான்
என்றான் ஒருவன்! எந்நாள் கொடுப்ப
தென்றான் ஒருவன்! இன்றே அளிக்க
என்றான் ஒருவன்! இந்த நிலையில்
தங்கவேலன் அங்கு வந்தான்,

அங்கிருந்தார்க் கெலாம் அறிவிக் கின்றான்:
'அமைதியாய் இருப்பிடம் அடைவீர், விடுதலை
நமைஅடையத்தகும் நாள் தொலைவில்லை!
உமக்கிதை உறுதியாய் உரைத்தேன்'' என்னலும்
நன்றென நவின்று சென்றனர் மக்கள்.

தங்கவேல் மன்றில் தனித் திருந்து
பொங்கு காதலால் புழுவாய்த் துடிக்கும்
மன்னனைக் கண்டான். மன்னன், ''எங்கே

புன்னகை? எங்கே புதிய நிலவு?
கோடையிற் குளிர்மலர் ஓடை எங்கே?
ஆடுமயில் எங்கே? பாடுகுயில் எங்கே?
எங்கே கிள்ளை என்று பதறினான்
அங்கே அவளை அடைவோம்," என்று
தங்கவேல் தணிவு சாற்றினான். மன்னன்

"அவள் தன் விருப்பம் அறிவித்தாளா?
இவண் அதை உரைப்பாய்"என்றான். தங்கவேல்

"வெயில்நிகர் மணிகள் அயல் ஒளிப்பதக்கம்
பயிலும் மார்பும் பட்டு சட்டையும்
படர்விழி பறிக்கும் பன்மணி முடியும்
கடலிடை எழுந்த சுடர்நிகர் முகமும்
கட்டிள மையும் கிள்ளையின் கண்ணில்
பட்டால் அவள்உளப் பறவை நும் வலையில்
கட்டா யம்படும்! கடிது புறப்படும்!"

என்னலும் மன்னன் ஏதும் உரையாது
பொன்னு டைமணி இழைபூண்டு, தங்கவேல்
வழிநடக்க நடந்து சென்றான்
அழகிய தங்கத் தேரென ஆங்கே.

இயல் - 15

*("குருந்து படர்முல்லை பெருந்தேக்கிற் சென்று
பொருந்துதல் இல்லையோ?")*

இடம் *: கொன்றை நாட்டின் முன்னாள் அரண்மனை.*
உறுப்பினர் *: தங்கவேல், கிள்ளை, மாழைப் பேரரசு.*

*"என்னால் தடையோ எழில்விடு தலைக்கே?
சொன்னால் நலம்'' எனத் தோகை கேட்டாள்.*

*"கிள்ளையே உன்னால் கெடுதலை இராதுதான்.
அள்ளக் குறையா அழகும், இளமையும்,
வைய மாட்சியும் எய்திய மன்னன்,
தையல் உன்னிடம் தனிமையிற் பேச,
வாயிலின் புறத்தே வந்துநிற் கின்றான்,
தூயோய் வருகெனச் சொல்லுக'' என்று
தங்கவேல் கெஞ்சினான். மங்கை ஒப்பினாள்
அங்கது தெரிந்தே அரசன் வந்தான்.*

*இருக்கை காட்டினாள். இருந்தான் அரசன்.
முருக்கிதழ்க் கிள்ளையும் முனைவேல் அரசனும்
தம்மில் பேசினார். தங்கவேல் மறைந்தான்.*

*'இம்மா நிலத்தில் எனக்கொன்று வேண்டும்.
அதுவோ, எனக்கோர் ஆவி யாகும்.
புதியதாய் ஓவியர் புனைந்த பாவையே
உனக்கொன்று தேவை. உனக்கும் அஃதுயிர்.*

இனிப்புக் கினிப்பென எழுந்த செங்கரும்பே,
உன்றன் தேவை என்றன் கையிலும்
என்றன் தேவை உன் கையிலுமாம்

எனவே,
உன்னுயிர் என்னிடம் என்னுயிர் உன்னிடம்
மன்னி இருப்பது மறைப்பதற் கில்லை"
என்று மன்னன் இயம்பிய அளவில்,

'நாட்டுரிமை மக்கட்கு நல்குவோர் தாம்ஒன்று
கேட்டு நிற்பது கேட்டதில்லையே,'
என்றாள் கிள்ளை.

வையமன்னனும் மணி முடிதாழ்த்தி

'ஐயம் என்றுவாய் அங்காந்து கேட்பதோர்
உயர்பொருள் உன்னிடம் உள்ளதே" என்றான்.

"அயல் ஒருவர்க்கதை அளித்தேன்" என்றாள்.
வருந்திய மன்னன் "குருந்துபடர் முல்லை பெருந்தேக்கிற்
சென்று பொருந்துதல் இல்லையோ?"
என்றான்.

"காதல் என்னுமோர் கைதேர்ந்த தச்சன்
வாழ்தலில் சிறப்பொன்று மாட்டக் கருதி
என்னுடல் மற்றுமோர் பொன்னுயிர் இரண்டையும்
முன்னரே பொருத்தி முடித்தான்" என்றாள்!

"முடிவை மாற்ற முடிந்தால் உனக்கும்

குடிகள் தமக்கும் கொற்றவன் எனக்கும்
நல்லது மயிலே! நல்லது மயிலே!
அல்லது தீமை அனைவர்க்கும் அன்றோ!"
என்று மன்னன் இரங்கிச் சொன்னான்.

ஒன்றும் உரையாது நின்றாள் கிள்ளை.
தன்சொற் கேளாது தள்ளாடி ஓடித்
தின்பண்டம் நாடும் சிறுகு ழந்தைபோல்
மொய்குழல் மீது மொய்த்த தன் விழியை

வெய்துயிர்த்து மீட்டு, மன்னன்
வாயோய்ந்து வெளியில் வந்தான். அவனைக்
காயோ பழமோ கழறுக என்று
தங்கவேல் கேட்டான். மன்னன்
தங்கம் உருகுதல் தணற்கென் றேகினனே.

இயல் - 16

("மாழை நாட்டினர் வந்தபின் அன்றோ ஏழைமை தன்னை எய்திற்றுக் கொன்றை!")

இடம் : கொன்றை நாட்டு அரண்மனை.
உறுப்பினர் : ஒள்ளியோன், மாழைப் பேரரசு, பொதுமக்கள், தாரோன்.

" கெஞ்சிப் பார்த்தேன். கேள்நீ ஒள்ளியோய்
அஞ்சுமாறு கிள்ளைக்கும் அனைவர்க்கும் சொன்னேன்
சென்றஎன் உள்ளமோ திரும்புவ தின்றி
மின்னிடை தன்பால் வீழ்ந்தது! துன்பம்
கடக்குமுறை எதுவெனக் காணின், நாட்டில்
அடுக்குமுறை ஒன்றினால் ஆகும். ஒள்ளியோய்
உன்னிலும் எனக்கோ ஒருவரும் நற்றுணை
இந்நி லத்தில் இல்லை. அமைச்சனோ கொன்றை
நாட்டுக்குக் கொடுக்கும் உரிமையை இன்றே
கொடுத்தல் ஏற்றதென் கின்றான்."
என்று மன்னன் இயம்பும் போதே
அன்றுபோல் இன்றும் மன்று சூழ ஊர்ப்பெரு
மக்கள் ஒன்று சேர்ந்து தீர்ப்பீர் "குறை"
எனச் சென்று கூவினர். மாடியில் அரசன்
மக்கள் குரல் கேட்டு வாடிய முகத்தோடு வாளா
இருந்தான் ஒள்ளியோன் மாடியின் உச்சியினின்றே
வெள்ளம்போல வெளியில் இருப்பார்க்குச்

சொல்லுகின்றான்:

"கொன்றை நாட்டினரே, கூறுவது கேளீர்
மன்னன் விடுதலை வழங்கு முன்பு
இந்நாடு விடுதலைக் கேற்ற தகுதி
உடையதா என்பதை நடைமுறை தன்னில்
கடிதில் ஆராய்தல் கடமை அன்றோ?
ஆதலால்,
பொறுப்பீர்என்று புகன்றான்." மக்கள்
நீவிர் இங்கு நெடுநாள் தங்கி
யாவும் அறிந்துளீர். எந்நிலை அறியீர்?
அரச னிடத்தில் அறைந்திரோ என்று
வெறுப்புடன் நின்றனர். விளம்புவான் ஒருவன்:

விரைவில் விடுதலை வேண்டும் எமக்கே.
கற்றனர் நாட்டினர் கண்டீர் அன்றோ!
ஒற்றுமை உடையோம் உணர்ந்தீர் அன்றோ!
வேற்றுமைக் குள்ள வித்தும்அங் குளதோ?
ஆற்றுந் தொண்டெலாம் அறத்தொண் டல்லவோ?
மாழைநாட்டினர் வந்தபின் அன்றோ
ஏழைமை தன்னை எய்திற்றுக் கொன்றை!
ஆளுந்திறமை அற்றோமா? எம்
கேளும் கிளையும் கெட்டொழிந்தனவோ?
ஆளி சுமந்த அருமணி இருக்கையும்,
மங்காது மின்னும் மணிக் கொடிமதிலும்இன்னும்
முன்போல்
இருத்தல் அறியிரோ?
மன்னர் பெருங்குடி வாழ்வதும் அறியிரோ?"
என்று கூறினான்.

வாட்பொறை மாமன் மகனாம் 'தாரோன்'

கேட்பாய் ஒள்ளியோய் கிளத்து கின்றேன்:
“கோழி நாட்டுக் கொற்றவன் உன்றன்
மாழை நாட்டை வளைப்பதற்குப்
பெரும்படை திரட்டினான். விரைவிற் கிளம்புவான்
தருவதோர் விடுதலை தந்து முடித்தால்
உன்றன் நாட்டுக் குதவியாய்க் கொன்றை
நன்று முயற்சி நடத்து மன்றோ?

இச் செயல் விரைவில் இயற்றீராயின்
எத்தீங்கு நேருமோ எண்ணுக இதனை”
என்றான். ஒள்ளியோன் “எம்இறை ஆணையை
இன்றுநீவீர் இகழாது செல்வீர்.”
என்று சினத்தொடும் இயம்பினான். மக்கள்
சென்றனர். தாரோன் சிரித்துச் சென்றான்.
ஒள்ளியோன் அரசனிடத்தில்
விள்ள லானான் நடந்ததை விரித்தே.

இயல் - *17*

("தன்உரு மாற்றினான் மன்னன்.
அன்னவன் மனைவி ஆனான் ஒள்ளியோனே.")

இடம் *:* கொன்றை நாட்டின் ஒருபுறம்
உறுப்பினர் *:* மாழைப் பேரரசு, ஒள்ளியோன்
(மாற்றுருவினர்)

"நன்று கூறினை நாட்டாரிடத்து நீ
கொன்றை மக்கள்மேல் குற்றங் காட்டிச்
சிலரைப் பிடித்துச் சிறையில் அடைத்தும்
பலரை இன்னற் படுத்தியும் பார்க்க
எண்ணி இருந்தேன் என் எண்ணம் போல்
நண்ணிய மக்கள்பால் நன்று கூறினை.
நம்உரு மாற்றி நாட்டைச் சுற்றுவோம்
இம்மக்கள்பால் எக்குறை காணினும்
நாட்டைமுன் னின்று நடத்துவோர் மேல் அதைப்
போட்டுச் சிறையில் புகுத்த வேண்டும்
என்னஉன் எண்ணம்" என்றான் மாழையான்!
"அன்னதே என்றான்" வன்புடன் ஒள்ளியோன்!
பழந்துணித் தலைப்பாகையும், சட்டையும்,
முழந்துணித்த மேல் விரிப்பும் நரைத்த தாடியும்
மீசையும் தடியும் குடையும்
வாடிய முதுமையும் வாய்க்கும் வண்ணம்
தன்உரு மாற்றினான் மன்னன்!
அன்னவன் மனைவி ஆனான் ஒள்ளியோனே.

இயல் - *18*

("பாரிடைப் படர்ந்து பறிபடாச் சாதியின் வேரிடை வெந்நீர் விட்டுக் களைந்தனர். ")

இடம் *: கொன்றை நாட்டின் ஊர்ப்புறம்*
உறுப்பினர் *: மாழைப் பேரரசு, ஒள்ளியோன், (மாற்றுருவினர்), ஏற்றம் மிதிப்பவர்*

ஏற்றம் மிதிப்பார் இருவர். ஒருவன்
சேற்றுநீர்ச் சாலினைச் செங்கை பற்றிப்
பாடி இருந்தான் பழமை பற்றியே
பாடல் என் எனில்,

'ஐந்து சாதிகள் அந்தநாள் இருந்தன.
கொந்தி எடுக்குமே குடிகளை அவைகள்.
மேலான சாதி வேலைசெய் யாமல் பாலான
சோறும் பருப்பொடு நெய்யும்
உண்டு வாழுமே! ஊரில் மற்றவை கண்டு
நடுங்குமே கைகட்டி நிற்குமே கீழான சாதி
எக்கேடு கெட்டேனும்
கூழேயும் இன்றிக் குடிசையில் தூங்குமே
அப்போது நானோ ஆர்என்று கேட்டால்
தப்புடைய மேல் சாதியைச் சேர்ந்தோன்.'

உழவன் பாட்டை ஒருசொல் விடாமல்
கிழவனும் மனைவியும் கேட்டிருந் தார்கள்.

"பாரிடைப் படர்ந்து பறிபடாச் சாதியின்
வேரிடை வெந்நீர் விட்டுக் களைந்தனர்
ஆரும் மறவா ஐந்து சாதியின் பேரும்
மறந்தார் பெருநாட்டார்கள்"
என்றான் கிழவன். இயம்புவாள் மனைவி
"நற்றொண் டாயினும் நாம் இதை இன்று
குற்றமென்று கூற வேண்டுமே?"
எனலும், "ஆம்ஆம்" என்றான் கிழவன்
'மனு எனும் கடவுள் மக்களுக் களித்த
சாதி ஒழுக்கம் தலைகீழ் ஆம்படி
தீது செய்தீர் தீது செய்தீர்
என்றுநாம் குற்றம் இயம்ப வேண்டும்"
என்றாள் மனைவி. "எழுதிவை ஏட்டில்"
என்றான் கிழவன். ஏட்டில், மனைவி,
நிறத்தின் வேறுபாட்டை
அறுத்தது குற்றம்என் றழுத்தினாள் எழுத்தையே.

இயல் - 19

("செலவுக்குத் தருக என்றான். நின்ற இலவுக்குநிகர் இதழ் ஏந்திழை மகிழ்ந்தாள்.")

இடம் *: கொன்றை நாட்டின் ஊர்ப் பொதுமன்று*
உறுப்பினர் *: மாழைப் பேரரசு, ஒள்ளியோன் (மாற்றுருவினர்), பொதுமக்கள்*

ஆல மரத்தின் அடியில் ஒருவன்
காலைச் சப்பளித்துக் கணக்கனொடு குந்தி
உறுதி மொழியை உரைத்தான். என்னெனில்

'குறைவிலா எனது கொன்றைநாட் டாணையில்
இந்த அறமன் றில்என் உள்ளம் அறியநான்
வந்தார்க்குத் தீர்ப்பு வாய்மையில் வழங்குவேன்.'
என்னலும்,

உடனே ஒருத்தி மடமயில் போன்றாள்
நெடுவிழி நீரால் நிறைய அழுது
"மன்றுளீர் மன்றுளீர் என்றன் தலைவன்,

மணமாகாத மங்கையை நாடிப்
பணமாய்ப் பட்டாய் அணியாய் அவட்கு
நாடொறும் நாடொறும் நல்குவான்
ஆனான் ஈடேறும் வகை எதுவும் காணேன்.

இருக்கும் சொத்தில் என் விழுக்காட்டை அளிக்கும்
படியும், அன்றைய மணத்தைக் கிறுக்கும் படியும்
கேட்பதென் வழக்கென,''

மன்றுளான் சான்றினர் வருக என்னலும் அறுவர்
சான்றினர் ஆம்எனப் புகலவும் மறம் இழைத்தானை
வருக என்னலும் வந்தவன், பிழையை மறைக்க
முயலலும் இந்தா தீர்ப்பென இயம்புவான் மன்றினன்:

'மங்கை தன்னை மதியாமை குற்றம்,
பங்குக்குரியவள் பகர்ந்த மறுப்பையும்
எண்ணாதொருத்திக் கீந்தது குற்றம்!
ஆதலின்,
நாட்டின் பேழைக்கு நாற்பது வராகன்
கட்டுக, சொத்திரு கூறு படுத்துக,
ஒருகூறு தருக ஒண்டொடி தனக்கு!
வரும்உன் பங்கில் இருபது வராகன்
சேயிழை இனிமேல் செயத்தகு மணத்தின்
செலவுக்குத் தருக" என்றான். நின்ற
இலவுக்கு நிகர் இதழ் ஏந்திழை மகிழ்ந்தாள்.

மறைவில் நின்று வழக்கு நடந்த
முறையை அறிந்த முதியனும் மனைவியும்
தம்மில் பேசுவார்:

'இம்முறை நன்றென'' இயம்பினான் கிழவன்
''அரசினர் மன்றம் அங்கே இருக்கையில்
ஒருமன்றிவர்கள் உண்டாக் கினர்'' எனக் குற்றம்
சுமத்தினாள். "கூறியது

சொற்றிறம்” என்று சொன்னான் கிழவனே.

இயல் - 20

*("கொழுத்த பன்றியின் கழுத்தையறுத்துப்
படையலிட்டுப் பணிவதுண்டாம்")*

இடம் *: கொன்றை நாட்டின் ஒரு சிற்றில்.*
உறுப்பினர் *: மாழைப் பேரரசு ஒள்ளியோன்
(மாற்றுருவினர்) மருத்துவன், நோயாளி.*

*சிறியதோர் வீட்டின் அறையினுள்ளே
சிறுவிசிப் பலகையில் உறு நோயாளி
படுத்திருந்தான். அடுத்தொரு மருத்துவன்
எடுத்துப் பலபல இயம்புகின்றான்:
"கழலையை அறுத்தேன் கட்டினேன் மருந்திட்டு-
இன்னும் இரண்டுநாள் எனை அழைக்காமல்
முன்போல் வாளா மூடி வைத்திருந்தால்
சாக்காடு தான்" என்று சாற்றிய அளவில்,
நோக்காடு குறைந்த நோயாளி கூறுவான்:
"அன்னை, எதையோ அறைத்துப் பூசினால்,
இன்னே இந்நோய் இராதென்று சொன்னதால்
நாட்கள் சென்றன" என்று நவில
நாட்டு மருத்துவன் நகைத்து, "முன்னெலாம்
அச்சம் தரும்படி முச்சியன் வரைந்ததை
மெச்சும் உருவென மேற் சுவரில் மாட்டி
அதற்குச் சோறு முதற்பல படைத்தும்
எதிர்கீழ் வீழ்ந்தும், இருகை கூப்பியும்,
இறையே இறையே எனக்கும் மனைக்கும்
உறைமக் களுக்கும் கறவை மாட்டுக்கும்*

பிணியென ஒன்றும் அணுகா வண்ணம்
அணித்திருந் தருள்வாய் என்ப துண்டாம்,

அன்றியும்,
மைந்தர்க்கு நோய் வரின் மலையின் உச்சியில்
குந்தி இருப்பதாய்க் கூறும் இறைக்குக்
கைப் பொருள் கொண்டு காலிடை வைப்பதாய்
செப்பி, அங்குளான் தின்னத்தருவதோர்
உறுதி சொல்லி, உறுநோய் மைந்தன் இறுதி
பெறும்வரை இருப்பாராம் வாளா!
எல்லைக் கடவுள் என்பதொன் றுண்டாம்
தொல்லை தீர்க்கச் சொல்லி அதற்குக்
குருதியும் சோறும் தெருவில் இட்டே
இருகை கூப்பி இறைஞ்சு வாராம்.
கூரை சலசலப்புக் கொள்ளு மாயின்
சீரிலாக் கடவுள் சீறிற் றென்று
தோப்பில் மண்ணால் ஏற்ப டுத்திய
காப்புக் கடவுள் கருத்து மகிழக்
கொழுத்த பன்றியின் கழுத்தை யறுத்துப்
படையலிட்டுப் பணிவதுண்டாம்!
நோய்வராதிருக்கவும் நோய் வரின்
தணிக்கவும் போய்ப் பல கடவுளைப்
போற்றுவ துண்டாம்! நடைமுறை
பிழையாது நடத்தல் இல்லையாம்!
மடைமையை ஒழிக்கும் வழி காணாராம்!
கல்வி அறிவு காண எண்ணாராம்!
அவர்போல் நீவிரும் கவலை யின்றிக்
கழலைக்கு நல்ல கருவியிட்டாற்றாது
வாளா இருந்து வந்தீர்'' என்றான்.

ஒளிந்திருந்து கண்ட ஒருத்தியும் கிழவனும்
தெளிந்த பகுத்தறிவு தெரிந்தனர் ஆயினும்
கடவுளைக் கடிந்தது குற்றம்
விடப்படாதென்று விண்டு சென்றனரே.

இயல் - 21

("தமிழர் செல்வந் தன்னைச் சுரண்டி உமது நாட்டுக் கோடுதல் ஒப்போம்")

இடம் *: கொன்றை நாட்டின் புறநகர்.*
உறுப்பினர் *: மாழைப் பேரரசு, ஒள்ளியோன், (மாற்றுருவினர்), வடநாட்டு மக்கள், குள்ளன்.*

புறநகர் தன்னில் ஓர் அற விடுதி தனில்
மறைவுள் ளத்தினர் வட நாட்டு மக்கள்,
கொன்றையில் பிறந்த ஓர் குள்ளனி டத்தில்
நின்றுகண் ணீரொடு நிகழ்த்துவாரானார்:

"சுமைப்பொரு ளோடும் இத் தமிழ் நாடுசேர்ந்தோம்
எமை, இங் குள்ளார் இகழ்வா ரானார்
'வடக்கில் வழங்கும் இடக்கு மொழியை
அடக்கடா' என்றெமை அதட்டிய தாலே
ஓராண் டாக உயர்வுறு தமிழை நேருறக்
கற்றோம் நிலையாய் இங்குத் தங்கி
வாணிகந் தான்செய் வதற்கே!
இங்குளார் நெஞ்சம் இரங்கக் கேட்டோம்.
'தமிழர் செல்வந் தன்னைச் சுரண்டி
உமது நாட்டுக் கோடுதல் ஒப்போம்.
வாணிகம் என்று வந்துட் கார்ந்து
மாணுறு தமிழர் வாழ்வுக் கொவ்வாச்
செயல்கள் செய்ய முயலவும் கூடும்.
அயலவர் ஆதலின் அகல்வீர்' என்றார்."

மற்றிது கேட்டார் இருவரும்!
குற்றம் என்று குறித்தாள் மனைவியே.

இயல் - 22

*("துணிவும் கண்டாள் தூய நெஞ்சின் தணிவு கண்டாள்
தமிழ்ப்பற்றுக் கண்டாள்.")*

இடம் *:* கொன்றை நாட்டின் ஒரு வீட்டுப் புறம்.
உறுப்பினர் *:* மாழைப் பேரரசு, ஒள்ளியோன்,
(மாற்றுருவினர்).

*காதல் நறுக்கைக் கைப்பட எழுதி
மாதுக் கனுப்பினான் மறவன் ஒருவன்!
எழுதிய தன்றி, இன்பம் அடைந்திடும்
முழுநம் பிக்கையால் மொய்குழல்
வீட்டின் கொல்லைப் புறத்தில் குந்தி யிருந்து
வருவாள் என்று வழிபார்த் திருக்கையில்
அன்னவன் காதை, அவளும், அவளின்
அன்னையும் பேசுதல் அதிரச் செய்தது.*

*மங்கை சொன்னாள்:
"எங்கும் எப்போதும், இதனை எழுதிய
சேயிடம் என்னுளம் சென்ற தில்லை.
ஆயினும் தெருவில் அவன்பேர் சொல்லி
நீட்டி அழைத்தது கேட்டதுண் டாதலால்
பேர் தெரியும்,
தோட்டத்து வருவதாய்ச் சொல்லு கின்றான்
பிழைபட நினைத்தான்
அவன் என்மானம் அழிக்கும் எண்ணமோ"
என்னலும்:*

அன்னை அன்னவன் அனுப்பிய நறுக்கைத்
தன்கையில் தாங்கித் தலைநட்டுப் படிப்பவள்,
இடையிடை அவனை இகழ்ந்தாள், இகழ்ந்த சொல்
தொடர்ந்துதான் வரைந்த தூய தமிழிலும்
பட்டது, கேட்டான் பதைத்தான். ஐயகோ

"கெட்டவன் நானே. கெட்டவன் நானே.
என்னை இகழ்ந்த அன்னை, என்னால் பொன்னிகர்
தமிழை இன்னுயிர் ஒப்பதை இகழ்ந்தாள் என்றே
இடையில் தொங்கிய
வாளை உறையினின்று வாங்கி அன்னைபால்,
'காளை' நான் கொண்ட கருத்தின் பிழைக்கு
வாட்டுக என்னை, வாட்டிய பின்னை
நாட்டின் தமிழை நலிவுற இகழ்ந்ததற்கு
நின்கொடு நாவினை இன்னற் படுத்துக."

என்றெதிர் நின்றான்! அன்னவன் துணிவும்
கண்டாள் தூய நெஞ்சின்
தணிவு கண்டாள் தமிழ்ப் பற்றுக் கண்டாள்
மங்கையோ, காதல் மடுவிற் குதித்தாள்.
மங்கையின் தாயோ "மங்காத் தமிழை
மங்க உரைத்தது மாப்பிழை" என்றே அங்கு
நலிந்தாள், அவனையும் வியந்தாள்
மகளின்
கடைவிழி மடைபாய் கயலென அவன் பால்
நடப்பது கண்டு நன்றே வாழ்த்தினாள்!
'நாளை மண மென நவின்றாள் அந்தக்
காளை மகிழ்ச்சிக் கடலில் ஆழ்ந்தான்.

இதையெலாம் கிழவனும் ஏந்திழை தானும்,
பக்கத்தி லிருந்து பார்த்தும் கேட்டும்
வியந்தனர் ஆயினும் குற்றம்
உயர்ந்த தென்றே உரைத்தே கினரே.

இயல் - *23*

("எத்தனை பேர்க்குநீ எழுத்தைச் சொல்லி வைத்தனை?")

இடம் *: கொன்றை நாட்டு நெற்களம்.*
உறுப்பினர் *: மாழைப் பேரரசு, ஒள்ளியோன்,*
(மாற்றுருவினர்), காதலர் இருவர்.

நெற்களத் திட்ட நெடும் பரண் மீது
சற்றும் விழிப்புத் தளரா தொருத்தி
உட்கார்ந் திருந்தாள். ஒருவன் வந்தே,

"எட்பூ மூக்கும், இளைத்த இடையும்,
அரும்பும் இளைமையும் அடைந்தோய், என்னை
விரும்பு தல் நன் றென"வி ளம்பினான்.

'அரசினர் கல்வி அளிப்பதன்றியே
விரைவில் கொன்றை மேன்மை எய்தத்
திட்டங் கொண்டஇச் செந்தமிழ் நாட்டில்
எத்தனை பேர்க்குநீ எழுத்தைச் சொல்லி
வைத்தனை? நீயோ வண்டமிழ்
எவ்வளவு கற்றனை"? என்று கனிபோல்
கழறினாள்.

பெற்ற புலமை பெரிதெனக் காட்டினான்.
பயிற்றிய சிறார்கள் பலர்என விளக்கினான்
வியப்புற்று மெல்லி, மேலோன் தோளினை
நயப்புற்ற பொன்னுடல் நன்றுறத் தழுவினாள்.

கிழவன் கண்டான், கேடு நவிலும்
பிழையினள் கண்டாள் "பெரிதும் குற்றம்'
என்று கூறி, அங்கிருந்து
சென்றனர் ஊர்ப்பொது மன்று நோக்கியே.

இயல் - 24

("தலைவரைச் சிறையில் தள்ளியது கொடிது புலையோ களவோ கொலையோ புரிந்தார்?")

இடம் : கொன்றை நாட்டுத் தெரு மணிப் பொதுமன்று.
உறுப்பினர் : பொதுமக்கள், மாழைப்பேரரசு, தங்கவேல், கிள்ளை

விடிந்தது. ஒவ்வொரு தெருவிலும் வேல், வாள்
படிந்த தோளொடு படை மற வர்கள்
நெடுவிழி எரிபட நின்றனர். தெருவில்
நடப்பதும், தவறென நவில்வா ரானார்.
படுப்பதும் தீதெனப் பகர்வா ரானார்.

வியந்தனர் சிலரே. வெகுண்டனர் சிலரே.
துயரில் கொன்றை தோய்ந்ததென் றார்சிலர்.
என்ன நடக்குமோ என்றனர் சில்லோர்.
ஈவான் விடுதலை என்றனர் சில்லோர்.
காவான் என்று கழறினர் சில்லோர்.

திடுதிடு என்றொரு சிறு படை சென்று
மகிணனைச் சிறையில் வைத்து மீண்டது!
சடுதியில் ஒருபடை தாரோன் தன்னையும்
வடுவொன் றில்லா வாட்பொறை தன்னையும்
சிறையில் சேர்த்துச் சிரித்து நின்றது!

தங்கவேல் கண்டு தளர்வுற்றிருந்தான்.

கிள்ளை பெருந்துயர் வெள்ளத்தாழ்ந்தாள்.
கொன்றை நாடழுதது; கொதித்தது நெஞ்சம்.
அன்று, மணிப்பொது மன்றில் அரசன்,
தனிமையில் அழைத்தான் தங்க வேலனை.

'இனியும் கிள்ளை இணங்க மாட்டாளோ'
என்று கேட்டான். இசைத்தான் தங்கவேல்:

"ஒன்று கேட்க! ஊர்ப்பொது மக்களின்
தலைவரைச் சிறையில் தள்ளியது கொடிது
புலையோ, களவோ, கொலையோ புரிந்தார்
குற்றம் என்ன கோவே? வாட்பொறை,
மற்றவர் இழைத்த குற்றமும் சொல்வீர்?
ஒருவனை விரும்பிய ஒண்டொடி யைப்பெறத்
திருவுடை நாட்டின் சீர ழிப்பதோ?"
என்று தோள் அதிர, இருநீர் விழியுடன்
சொன்னான். சிரித்து மன்னன் சொல்வான்:

"தங்கவேல், இங்கிருந்து தைய லிடம்போய்
அங்கே, மன்னனின் அழுகை நீக்கி நாட்டு மக்களின்
நலிவை நீக்கென்று" கூறுக. உன்றன் குறையைப் பின்னர்
கூறுக என்று கூறிய அளவில்
தங்கவேல் கிள்ளைபால் சென்றான்
அங்கவள் உளத்தை அரசனுக் காக்கவே.

இயல் - 25

("தங்கவேல் என்னும் தமிழனைக் காண்கிலேன்
இங்கொரு கோழையை யான்காண் கின்றேன்.")

இடம் : கொன்றை நாட்டு முன்னாள் அரண்மனை.
உறுப்பினர் : தங்கவேல், கிள்ளை.

"தங்கவேல், இதுவும் தகுமோ உனக்கே?
எங்குளாய்? கொன்றை இகழ வாழ்ந்தனை.
அன்பரை, அண்ணலை அரசன் வருத்திட
உன்துணை பெரிதும் உதவிற் றேயோ?
நாட்டினைப் பிறன்பால் காட்டிக் கொடுத்தும்
வாழஒப் பிற்றோ மற்றுன் உள்ளமும்?
மாழை நாட்டான் மகிழ நடந்திவ்
வேழை நாட்டை ஏற்கஎண் ணினையோ?
எங்கே வந்தாய்? என்னுளம் மாற்றவோ?
சிங்கம் உண்பதைச் சிறுநரிக் காக்கவோ?
கொன்றை நாட்டைக் குறைவு படுத்தவோ?
உன்றன் கருத்தை ஒப்பேன். போய்விடு.
தங்கவேல் என்னும் தமிழனைக் காண்கிலேன்
இங்கொரு கோழையை யான்காண் கின்றேன்.
போ" எனச் சொன்னாள் பூவிழி நெருப்புக.
கோஎன அழுதே கூறுவான் தங்கவேல்;

"சிறையினில் எனையும்அத் தீயோன் சேர்ப்பான்
பிறகெவர் உள்ளார்? அறைக கிள்ளையே.
அரசனை அணுகி அறிவு புகட்டினேன்.

'திருமுகத் தாளைநான் சேரும் படிசெய்'
என்று நஞ்சென இயம்பினான், வந்தேன்
உன்னுளம் சொல்லுக. உரைப்பேன் அவனிடம்."
என்று சொல்லவும்,

"என்னுளம் என்னிடம் ஏது, கூறுக
மகிண னிடத்தில் வாழ்வ தன்றோ?
என்னிடம் இம்மொழி இயம்பவும்
ஒண்ணுமோ உன்னிடம் அறிவும்
ஒழிந்த தேயோ?"
என்று கூறினாள் கிள்ளை.
சென்றான் தங்கவேல் மன்ன னிடத்தே.

இயல் - 26

(‘கொன்றை நாடு கொடுமை பொறுக்குமோ? நன்றிதோ நன்றிதோ’’ என்று கெஞ்சினான்’’)

***இடம்** : கொன்றை நாட்டு அரண்மனை. **உறுப்பினர்** : மாழைப் பேரரசு, ஒள்ளியோன், தங்கவேல்.*

*கொள்ளாக் காதலொடு கொற்றவன் இருந்தான்
ஒள்ளி யோனும் உடன்அமர்ந் திருந்தான்.
படையின் தலைவனோர் பாங்கர் இருந்தான்.*

*தடதட வென்று தங்கவேல் வந்து
‘கிள்ளை என்மொழி கேட்கிலள்’’, என்றான்
துள்ளி எழுந்து சொல்வான் மன்னன்:*

*'ஒள்ளியோய் நேற்றுமுன் உன்னை எதிர்த்துத்
துள்ளிய பலரையும் சுட்டிக் காட்டுக.
படையின் தலைவனே கடிதே அவர்களை
அடைக்க சிறையில். அதுவும் அன்றி,
வீட்டினின்று மக்கள் வெளிவரா மற்செய்,
கூட்டம் எங்கும் கூடா வகைசெய்.*

*கடைகள், தொழிலகம் கதவடைக் கச்செய்.
தடவயல் உழவும் நடவா மைசெய்.
ஒருவீட்டி னின்றும்மற் றொருவீட்டுக் கொருவன்
வருத லின்றி வழுவாது பார்த்திடு.
மன்னனின் ஆணை மறவேல்’’ என்றான்.*

தங்கவேல் பதைத்துத் தரையிற் புரண்டு
'மங்காப் புகழுடை மன்னா மன்னா
கொன்றை நாடு கொடுமை பொறுக்குமோ? நன்றிதோ
நன்றிதோ!" என்று கெஞ்சினான்.

ஆணையை நடத்த அவ்வொள்ளி யோனும்
படையின் தலைவனும் பறந்தார். மன்னன்
"தங்கவேல், மங்கையைத் திருத்துக.
இங்கிரேல்" என்றான். ஏகினான் அவனுமே.

இயல் - 27

("ஓம்புதல் பெற்றீர் உயிர் துடிக்கின்றீர் பாம்புநிகர் மன்னனைப் பழிவாங்கேனோ")

இடம் *: கொன்றைநாட்டுச் சிறைக்கூடம்.* ***உறுப்பினர்*** *: தாரோன், மகிணன், வாட்பொறை.*

தாரோன் சிறையின் சன்னலின் கம்பியை ஆரும் அறியா தகற்ற முயன்றான். அவனுளம் அரசன் ஆவியைப் போக்க ஓடிற்று; நல்லுயிர் உலகை வெறுத்தது. ஆடின இருதோள். அலறின உதடுகள்.

"கொன்றை நாட்டு மக்காள், கொடுமையால்
இன்று நலிந்திரோ" என்று கூவினான்.
'இமைகள் இரண்டும் இருவிழி
காத்தல்போல் தமிழரே, மகிணன்
தலைமையில் நாடொறும் ஓம்புதல்
பெற்றீர் உயிர்துடிக் கின்றீர்
பாம்புநிகர் மன்னனைப் பழிவாங் கேனோ" என்று
துடிதுடித் திருந்தான். மகிணனோ,

"இன்றுநான் இடர்பல ஏற்பேன். அஞ்சிடேன்.
என்னைத் தன்னுயிர் என்று நினைப்பாள்
தையல் என்நிலை தாங்காள், உலகில்
உய்ய மறுத்தே உயிர்விடு வாளோ!
அவள்பொருட் டஞ்சினேன் ஐயகோ!
அந்தத் துவளிடைக் கிள்ளையின்

துயரம் மாற்றத் தங்கவேல் உள்ளான்;
தகுபண் புள்ளான்; மங்காத ஆற்றல் வாய்ந்தவன்" என்று
சிறையிடைத் துன்பச் சேற்றில் சிக்கி உறுவரிப்
புலிபோல் உலாவி இருந்தான்.

வாட்பொறை, கிள்ளையை மகிணனை
எண்ணி "மீட்சி என்று, நம் ஆட்சி என்று
மன்னன் தீமை மாறுவ தெந்நாள்?"
என்று துடித்தான் இருண்ட சிறையில்.
வீடு தோறும் நாட்டுமக் கள்படும்
பாடு, நவிலவும் படுவ தன்றே.

இயல் - *28*

("ஒருவீட்டுக்குள் ஒரு குழந்தைதன் மரப்பாவை கடித்து வாய்நொந் தழுதது")

இடம் : கொன்றை நாட்டின் வீதிகளும், வீடுகளும்.
உறுப்பினர் : கொன்றைநாட்டு மக்கள்.

வீதியில் மாழையான் விட்ட படையன்றி
நாட்டினர் எவரும் நடத்தல் இல்லை.
வீடொவ் வொன்றும் வெஞ்சிறை விடுதி,
விடுதி தோறும் படுதுயர் மக்கள்,
பசிஎன அழுகுரல் பாய்ச்சி யிருந்தனர்.
அரிசி யில்லை, ஆவன இல்லை.
புரிவ தொன்றும் புரிந்தபா டில்லை
குழந்தைகள் வீட்டில் புழுவெனத் துடித்தனர்
எழுந்த நிலாமுகம் எரிந்தனர் மங்கைமார்!
தின்பன வாங்கத் தெருவில் வந்தாரை
முன்னின்று தீயர் முகத்தில் அறைந்தனர்.
"சாகின் றோமே சாகின் றோமே
வேகின் றோமே விடைகொடும் ஐயா"

என்று கெஞ்சும் எளிய மக்களைக்
"கொன்று போடுவோம் குதிகால் வெட்டுவோம்
வீட்டை விட்டு வெளிவந்தால்" என்று
நீட்டினர் கத்தியை நிற்கும் காவலர். இருந்த பண்டம்
அருந்திய பின், சிலர் எரிந்த வயிற்றுக் கில்லா தழுதனர்!
நெல்லைக் குற்றிய நல்ல அரிசியை

மெல்ல லாயினர். விறகில் லாமையால்
கூளம் எரித்துச் சோளம் வதக்கி
மாளா திருக்க வயிற்றுக் கீந்தனர்!
உலைக்கொன் றின்றி உட்புறம் வளர்ந்த
இலைக்கறி, சிலபேர் குலைக்குள் இட்டனர்.
உள்நாக்கி லிட்டுப் பிண்ணாக் கைச்சிலர்
மண்ணாங் கட்டியோடு வயிற்றை நிறைத்தனர்.
உழுந்தைப் பச்சையாய் உண்டனர் சில்லோர்.
கொழுந்து மாவிலை விழுங்கினர் சில்லோர்.
புளிதின் றார்சிலர். பூண்டுதின் றார்சிலர்.
மிளகும் தீர்ந்தது. வெந்தயம் தீர்ந்தது.

ஒருவீட் டுக்குள் ஒருகுழந்தை, தன்
மரப்பாவை கடித்து வாய்நொந் தழுதது.
சுண்ணாம் பள்ளிச் சோறென உண்டு, வாய்
புண்ணாம் படியாய்ப் புரளும்ஓர் மகவு.
கன்னமும் நெற்றியும் கண்ணும் சுருங்க, வாய்
செந்நீர் போலச் சிவக்க அழும்! ஓர்
அருமைக் குழந்தைக் கன்னை துடித்தழ
உருகி உள்ளம் உடையவன் கதற
வளர்ப்பு நாய்ஒன்று வாய்விட் டுளற
இளைத்த காக்கை களைப்பாற் கரைய
எய்திய இந்நிலை இங்குப் போலவே
வீடு தோறும் வீதி தோறுமாய்
நாடுறு கொன்றை நகர முழுதும்
செறிந்தது. மக்கள் திறந்தவாய்
நிறைந்த அழுகுர லால்நிலம் அதிர்ந்ததுவே.

*("பின்னிய சிலந்திநூல் பெருங்காற்றைத் தாங்குமோ
துன்பம் நனி பெரிது தூய் உடல் நனி மெலிது")*

இடம் : கொன்றை நாட்டு அரண்மனை.
உறுப்பினர் : ஒள்ளியோன் மாழைப் பேரரசு.

ஒள்ளியோன் வேந்தனுக் குரைக்க லானான்:
"கிள்ளை துன்ப வெள்ளத்தில் வீழ்ந்தாள்.
அவள்வாழ் கின்ற அரண்மனை தன்னில்
துவள்இடை இரண்டு துண்டாய் விடுமோ
எனும்படி, கரையில் இட்டமீ னைப்போல
நனிதுடிக் கின்றாள். நன்னீர், குளம்நிறைந்து
வழிதல் போல விழிநீர் பெருகப்
பிழிதேன் மொழியாள் பெருங்குரல் பாய்ச்சி
ஐயகோ என்ன அழுதிருக் கின்றாள்.
ஐயுறு கின்றேன் அவள்உயிர் வாழ்வதில்.
பின்னிய சிலந்திநூல் பெருங்காற்றைத் தாங்குமோ;
துன்பம் நனி பெரிது தூய உடல் நனிமெலிது.
தங்க வேலுடன் நான்அங்கு மறைந்திருந்து
மங்கை நிலையறிந்து வந்தேன்," என்னலும்
'எதற்கவள் அழுதாள்'' என்றான் மன்னன்
''மதிற்சிறை தன்னில் வாழ்வார் தம்மை
எண்ணி''என் றொள்ளியோன் இயம்பினான். மன்னன்,

"பெண் அவள், காதலன் பிரிவு பற்றி
வருந்தினாள் எனில், அவ் வருத்தம் கொல்லாது

பொருந்த நெஞ்சில் பூத்துக் காய்த்த
காதல்நோய் சாக்காடு கடிவதோர் மருந்தே!
ஆதலின், நானும் அஞ்சுதல் தீர்ந்தேன்.
நெடுநகர் மக்களின் நிலை யா'' தென்றான்.

''விடிவதற்குள் மிகுபசித் தீயால்
சாவார்'' என்று சாற்றினான் ஒள்ளி யோன்.

''இந்நிலை கிள்ளைக்குச் சொன்ன துண்டோ''
என்று மன்னன் கேட்டான். ''இல்லை'' என்றான்
ஒள்ளியோன். ''எழுந்து போ கடிதில், படையின்
தலைவனை அழைஎன''
விடைதந் தனுப்பினான் வேந்தன் அவனையே.

இயல் - 30

("செல்லச் செய்க, சேயிழை, என்னைத் திருமணம் புரியச் செப்பிடச் சொல்க")

இடம் : கொன்றை நாட்டு அரண்மனை.
உறுப்பினர் : மாழைப் பேரரசு.

"மங்கை கிள்ளை மன்னனை மணந்தால்
இங்குள தொல்லைகள் ஏகும் என்றும்,
இதற்கே மகிணன் இடையூறாக
இருந்திடு கின்றான் என்றும், நகரத்து
வீடு தோறும்நீர் விரைவிற் சென்று
சொல்ல வேண்டும். சொன்னபின் அவர்களை
மகிண னிடத்திலும் மற்றவரிடத்திலும்
செல்லச் செய்க சேயிழை, என்னைத்
திருமணம் புரியச் செப்பிடச் சொல்க
சிறையினை உடனே திறந்து விடுக
மகிணன், தாரோன், வாட்பொறை ஆகியோர்
எங்கணும் போகலாம் என்று கூறுக. விரைவிற்
செல்லுதல் வேண்டும்" என்று
மன்னன் உரைத்தான் நன்றெனச்
சென்றனர் படைத்தலை வன்முதல் சிலரே.

இயல் - 31

*("மங்கை கிள்ளை, மன்னனை மணக்க! மகிணன்,
இதனைமறுத்தல் வேண்டாம்")*

இடம் : கொன்றை நாட்டின் முன்னாள் அரண்மனை.
உறுப்பினர் : மகிணன், தாரோன், வாட்பொறை, கிள்ளை,
மக்கள்.

*கடுத்தபசி என்னும் காட்டாறு, மாந்தராம்
மடித்த சருகுகளை அடித்து வந்து
சேயிழை வீட்டிற் சேர்த்தது. சிறையின்
வாயிலி னின்று மகிணன் வாட்பொறை,
தாரோன் அனைவரும் தையல்பால் வந்தனர்.*

*யாரே வெறுப்பார் எளியோர் நிலையை?
கிள்ளையோ தனது கீற்றுப் புருவம்
நெற்றி பெறநீள் இமைஆ டாது
பற்றுளம் பதறப், பார்த்தனள் மாந்தரை.*

*மகிணன், பதைத்தான்! வாட்பொறை அழுதான்!
தாரோன், மக்கள் சாற்றும் மொழிகளை
நேருறக் கேட்டு நின்று தயங்கினான்.
மக்கள் ஒருங்கே வாய்விட்டுக் கூறினார்:
"இக்கொடு மைக்கெலாம் இருவரே காரணர்.
மங்கை கிள்ளை மன்னனை மணக்க,
மகிணன் இதனை மறுத்தல் வேண்டாம்."
இவ்வாறு கூறி இடுப்புத் தளர்ந்தே*

எவ்வாறு நடப்போம் எவ்வாறு வாழ்வோம்
பசிநோய், பசிநோய். பதைப்புறச் செய்ததே
புசிஎன எவரும்ஒன்று போடா ரோஎனப்
படுத்தார் அங்கே பற்பலர். வீழ்ந்து
துடித்தார் சில்லோர். தொழுதார் சில்லோர்
இமைக்கும் நேரத்தில் தமிழர் எதிரில்
சுமைசுமை யாகத் தூய பழங்களும்,
கிழங்கு பலவும் தழலிட் டெடுத்த
கொழும்பயறு கொட்டைபலவும்
தழற்காட்டு மழைஎனச் சாய்த்தனர்.
அவரவர் விழுக்காடு பெற்று விழுங்கினர்.
உடனே கல்மலை மூன்றின்மேல் பொன்மலை
ஒன்றென அடுப்புமேல் தாழியில் அரிசி யிட்டு
வெள்ளி மலைபோல் வெஞ்சோறு படைக்க
அள்ளூறு சுவைக்கறி ஆக்கியும் படைக்கக்
கலந்துண்ட மக்களின் கருத்தில், மன்னனை
இலங்கிழை மணக்கா திருப்பா ளாயின்
இன்று பட்டதே இனிப்பட நேருமே
என்ற நினைவே எழுந்ததால், நடுங்கி,
"மகிணத் தலைவர் மறுக்க வேண்டாம்
தகுமன்னனுக்கும் தையலுக்கும்
மணம்புரி வீர்" என்று வாய்விட்டுக் கூவினார்.

பணமிலார் பொங்கல்நாள் அணுகினார்போலச்
செல்வியும், மகிணனும் திடுக்கிடு நெஞ்சொடு
சொல்வ தொன்றும் தோன்றா திருந்தனர்.
தாரோன் அவர்நிலை நேரில் அறிந்து
நீராழ்ந்த மூச்சு, நிலை காண எண்ணல்போல்
செய்வகை நாடினான். தெரியாது துடித்தான்.

நெய்உகுத்த நெருப்பு நெஞ்சொடு வாட்பொறை.

“கொன்றை நகரக் குடிகளே, கேளீர்,
இன்றிதோ மன்ன னிடம்நான் செல்வேன்.
மாலைஇது போகக் காலையில் மணத்தின்
வேலையோ, அன்றி வேறெதோ ஆம்என்று
கூறி, அருள்செய்யு மாறுகேட்பேன்.
தேறுக உள்ளம். செல்க” என்றான்.
ஊராளும் வாட்பொறை சொல்லை
யாரே விலக்குவார்? ஏகினார் ஆங்ஙனே.

இயல் - 32

("இந்தத் தெவிட்டாக் கவிதையைப் புகழ்ந்தால் புகழே புகழ்பெறும் அன்றோ")

இடம் : கொன்றை நாட்டின் அரண்மனை.
உறுப்பினர் : வாட்பொறை, மாழைப் பேரரசு.

ஏழை வாட்பொறை, ஏந்தலைக்கண்டான்
மாழை நாட்டு மாப்பே ரரசே,
மக்கள் பசியால் வருந்தினர். வீட்டில்
புக்கவர் வெளியிற் போகா தடைத்தீர்
குற்ற மற்ற குடிகளை வாட்டுதல்
கற்ற மக்கள் காட்டும் திறனோ?

அவள்உளம் அவன்மேல் ஆழ்ந்து கிடப்பதாம்.
குவிபொருள் வறியவன் கொண்டது போலத்
துவரிதழ்க் கிள்ளைபால் தோய்ந்த நெஞ்சை
மாற்ற முடியாது மகிணன் கிடந்தான்.
உலகுக் கழகை ஊட்டுமோர் காதற்
கலவை நிகழ்ச்சியைக் காணினும்
கேட்பினும் மாந்தரின் தந்தைநேர்
மன்னன் மகிழ்வதா?
போந்து சிதைப்பதா? வேந்தே வேந்தே.

உண்ணும் உணவிலான் உடுக்கத் துணியிலான்
கண் உறங் கக்கால் முடங்கு கூரையான்
பொன்னு ளத்தைப் பொதுவுளம் ஆக்கியும்.

வீட்டுக் கன்னை மிகவுழைப் பதுபோல்
நாட்டுக் குழைக்கும் நாட்டம் மிகுத்தும்
இகழ்ந்திடும் எதிரியும் இருகை ஏந்திப்
புகழ்ந்திடப் பெற்ற மகிணன், நாடொறும்,
தோகையின் அன்பில் துளிவிழுக் காடு
நோகாது பெற்று நுண்ணிடை யாளுடன்
இரண்டுடல் இரண்டுயிர் இனமாற்றிப் பிணைந்தவாறு
திகழ்ந்தான். இந்தத் தெவிட்டாக் கவிதையைப்
புகழ்ந்தால் புகழே புகழ்பெறும் அன்றோ?
தீப்பட்டுக் குதிப்பொடு சேர்ந்தார் போலக்
கூப்பாடு போட்டனர் கூட்ட மக்கள்!
நெருக்கினர். மணவினை நிகழ்த்தினர்.
தேறுதல்
உரைத்தனுப்பி ஓடிவந் தேனிங்கு!
மன்னவன் மலர்வாய், இன்னல் இன்றி
நன்மொழி ஒன்று நவிலுக" என்றான்.
என்னுயிர், கிள்ளையால் இங்கு நிலைப்பது.
மன்னிய மக்களின் வாழ்வென் னிடத்தது.
மாற்றம் இலையென மன்னன் சொன்னான்.
காற்றில் கனல்ஏறும் கடுமொழி கேட்ட
வாட்பொறை, நன்று மன்னா, காலையில்
இன்னது விடையென இயம்புகின்றேன்
இன்னல் அதுவரை இழைத்தல் வேண்டாம்
என்று சொன்னான். சொன்னதும்,
நன்றென மன்னன் நவின்றிருந் தானே.

இயல் - 33

("நாட்டுக் குரிமை நன்றா? என்னுயிர் வாட்டும் காதற்கு வகை செயல்நன்றா?")

இடம் : கொன்றை நாட்டின் முன்னாள் அரண்மனை.
உறுப்பினர் : கிள்ளை, தாரோன்.

பஞ்சணை மீது பச்சை மயில்கிடந்து
நெஞ்சு புண்ணாக நினைந்து நினைந்து
வழியறி யாமல் அழுத கண்ணும்
செழுநிலா முகமும் சிவக்க லானாள்.
வாழ்வு, மகிணனை மணப்ப தாகும்.
சாவு, மகிணனைத் தவிர்ப்ப தாகும்.
வஞ்சிநான் மன்னனை மணப்ப துண்டோ,
நெஞ்சு பொறாததை நிகழ்த்தினான் மன்னன்.
படைவலி மிக்க கொடியவன் சொன்னான்.
நடைமுறை அறியாது நவின்றான்.
அந்தோ மக்களைப் பசிக்கனல்
வாட்டச் செய்தான். எக்கடன் உடையேன்,
என்பதும் அறியேன். நாட்டுக் குரிமை நன்றா?
என்னுயிர் வாட்டும் காதற்கு வகை செயல் நன்றா?
காதல் என்னில். சாதலோ மக்கட்கு?
மீட்சி என்னில், வீழ்ச்சியோ கற்புக்கு?
நல்லிராப் போதும் நலிஇரக் கம்கொளச் செல்வி
படுப்பதும் திடுக்கிட் டெழுவதும்
ஆகஇருக்கையில், அப்போ தங்கே
தாரோன் வந்து தையல்பால் கூறுவான்:

"மக்கள் விடுதலை மறுப்பது நன்றா?
விடிந்தால் என்ன கொடுமை நேருமோ,
அடிவயிறு தீப்பட அங்கவர் நைந்தனர்
என்னசொல் கின்றாய் இந்நாட்டு மக்கட்கு?

மின்னும் முடிபுனை வேந்தனோ, வாட்பொறை
என்ன சொல்லியும் இம்மியும் ஒப்பிலான்,
கிள்ளையை மணந்து கொள்ளவேண்டும்.
எள்ளளவும் பொறேன். இதனை ஒப்பினால்
கொன்றை நாடு கொழுந்துவிட் டெரிவதை
என்கை விலக்கும்; இயற்றுக" என்றான்,
என்று தாரோன் இயம்ப, ஏந்திழை,

"ஈக்களும் நுழையா தாக்கித் தொங்கவிடு
தூக்கணம் புட்கள் கூட்டொடு தொலைந்தாங்கு
நானும் என்னுளம் நண்ணும்அச் செல்வனும்
தீநனி வளர்த்ததில் செத்தொழிந் திடவோ?
அன்றி, எம்மை அறுத்துக் கழுத்தைக்
கொன்று போடும் கொள்கை யுடையிரோ?
ஆயினும், நாடுபடும் அல்லல் நினைக்கில்
தீயினில் வீழ்வதும் சிறந்ததே ஆகும்.
சாவதும் என்னைச் சார்ந்த செய்தியோ?
நாவால் அவரே நவில வேண்டும். என்றன்
வாழ்வில் இரண்டைக் கேட்டேன்.

ஒன்று விடுதலை, ஒன்று மகிணன்!
மகிணனை வேண்டின் மாயும் விடுதலை!
விடுதலை வேண்டின் வீழும் என்னுயிர்,

ஒன்றினை ஒன்றே ஓடி மறித்தது.
நன்றிது நானிதில் ஒன்றும் கூறேன்.
துன்பமும் நானும் தனியே
இன்னல் இரவில் இருக்கவிட் டேகுவையே!"

இயல் - 34

("உன்கையால் கிள்ளையின் உயிரைப் போக்கு வேறு வழி ஏது? விளம்பினேன் இதனை")

இடம் : கொன்றை நாட்டில் மலர்ப் பூங்கா.
உறுப்பினர் : மகிணன், அமைச்சன்.

நான்இறப் பேனேல், மான்இறந் திடுவாள்
இறந்திடு வாள்எனில், இறக்கும்அவள் கற்பும்.
அவளைநான் அணுகி, ஐயோ ஐயோ
துவரிதழ்க் கிள்ளையே, துணைவனாய் மன்னனைக்
கொள்க என்பது கொள்கை யல்லவே,
கொள்கை என்று கூறினும் அவளோ
தாங்காள், இறப்பாள், சற்றும் பொறாளே.
ஏங்குமென் நிலையை எவர்தாம் அறிவார்?
மக்கட்குநான் இன்று வழுத்துவ தென்ன?
தக்கது யாவரே சாற்றுவார் எனக்கே?
என்று மகிணன் இரவில் தனியாய்
ஒன்றும் அறியா துலாவி யிருந்தான்.
மகிணன் உலாவும் மலர்ப்பூங் காவில்,
புகுவான் ஓர்ஆள், "மகிணனே" என்றான்.

அமைதியொடு மகிணன் "ஆர்"என்று கேட்டான்
"அமைச்சன் "நான்" என் றறைந்தெதிர் வந்தான்
கண்ணீ ரால் மகிணன் கழறுவான்: "எண்ணிப்
பார்த்திரோ என்னிலை ஐயா?
நாட்டினர்க் கென்ன நவிலுவேன், காதற்

கேட்டினுக் கென்ன கிளத்துவேன்" என்றான்.

அமைச்சன் அழுதான். இமைக்காது நோக்கினான்.
"நேற்று நாட்டினர் நிலைகெட்டிருந்தார்,
காற்றெலாம் அழுகுரல் கலந்தது. பசியின்
தீயோ அவரைச் சிதைக்க லாயிற்றே
தாயனைய அன்பன் தங்க வேலன்,
அரசனை அணுகி, அறிவு றுத்தினான்.
அரசன் நெஞ்சையும் அறிந்துகொண்டான்.
தெருத்தோறும் சென்றான். தீமையில் துடிக்கும்
பெருமக்கட்குப் பெரிதும் இரங்கினான்.
ஆழ எண்ணினான். அறிந்தான் ஒருவழி.
வீழும் மக்கள் வாழவும், கிள்ளையின்
கற்புக் கிடையூறு காணா திருக்கவும்
தோன்றிய அவ்வழி சொல்ல நினைத்தான்.
தான் அதைச் சொல்லத் தகாதெனச் சொன்னான்.
இவ்வா றென்னிடம் இயம்பிச் சென்றவன்
சிறிது போழ்து செல்ல, ஓர்ஓலை அனுப்பினான்.
"இந்தா அன்பனே" என்று கனற்படு மெழுகெனக்
கருத்துருகி நின்று தந்தான் அமைச்சன்.
தந்த ஓலையை மகிணன் ஆவலோடு
வாய்விட்டுப் படித்தான்:

"மன்னன், கிள்ளையை மணக்க எண்ணி
இன்னல் பலவும் இழைக்க லானான்.
நாட்டினர் பட்டதை நானே கண்டேன்.
கேட்க. நானொன்று கிளத்த எண்ணினேன்.
உன்னெதிர் நின்றே உரையேன் அதனை.
என்னினும் நானதை இயம்புதல் என்கடன்.

அடிமையி னின்றும், மிடிமையி னின்றும்
விடுதலை பெறுதல் வேண்டும் மக்கள்.
அதற்குக் கிள்ளை அவனை ஒப்புவாளோ?

மிதித்துத் தள்ளாள் மெல்லிதன் கற்பை.
உடனே செய்க ஒருசெயல், நாட்டுக்குன்
கடமை செய்கநீ, கடிது செய்க.
உன்கையால் கிள்ளையின் உயிரைப் போக்கு!
வேறுவழி ஏது? விளம்பினேன் இதனை.
மாறுபடும் உன்னிலை, மங்கும் உன்முகம்.
உன்னிலை காணுமுன் என்றன் வாழ்வைக்
கன்னல் அருந்திக் கசடு நீக்கல்போல்
முடித்துக் கொண்டேன். விடுதலை.
விடுதலை. கடிது கொணர்க கண்ணிகர் தோழரே
இங்ஙனம் தங்கவேல்" - என்று படித்தபின்,

“எங்ஙனம் என்னை இவண்விட்டுச் சென்றனை.
நாளெலாம் நல்லுரை நல்கிநீ இறக்கும்
வேளையும் நாட்டின் விடுதலை மருந்தை
அருளினாய் அப்பா, ஆருனை ஒப்பார்?
உருள்பெருந் தேர்க்கோ ஓர்அச் சாணிபோல்
இந்நாட்டு நட்புக் கிருந்தாய் ஒருவன் நீ.
பொன்னை வறியான் போக்கினான் போல
உன்னைநான் இழந்தேன் உன்னைநா டிழந்ததே
என்னைநீ இயற்று மாறு சொன்னதை
இன்னே புரிவேன் இன்னல் புரியேன்.

ஆம்அவ ளுயிரே அகற்றத் தக்கது!
தீமை போகும் திருநாடு வாழும்.

கொடியான் தானும் கொடுமை ஏற்று,
விடுவான் நாட்டை, வேறுவழி ஏது?
அமைச்சரே ஒரு 'வாள்' அளிக்க வேண்டும்.
இமைக்குமுன் அவளுயிர் ஏகு மாறு
செய்வேன். கடன்இது, செய்வேன், தக்கது.
தையல் உயிரால் தருக விடுதலை,
அணங்கினள் ஆவி, அனைவர்க்கும் மீட்சியைக்

கொணர்ந்த தென்னில் கொண்டாடத் தக்கது.
காதல் பெரிதன்று! கடமை பெரிது!
ஈதல் உண்டோ எழில்வாள்" என்றான்
அமைச்சன் வாள்ஒன் றளித்தான்
தமிழன் கொண்டு போனான், தையலை நோக்கியே.

இயல் - 35

("நன்மொழி சொல்லடி நங்கையே என்றால்
பொன்மொழி ஒன்றுபுகலினும் புகல்வாள்")

இடம் *: கொன்றை நாட்டு அரண்மனை.*
உறுப்பினர் *: மாழைப் பேரரசு.*

கிள்ளை என்னைக் கேடன்என் றெண்ணி
எள்ளுவாள்; ஏசுவாள் இன்ன லுற்றாள்.
அன்னாள் அன்பினை அடைய எண்ணும் நான்,
இன்னல் இழைத்தேன், என்னே மடமை!
தங்கவேல் கொடுமை தாங்கிய மக்களை
அங்குக் கண்டான். அவன்உயிர் நீக்கினான்.
ஏனை யோரும் இறந்து படுவரோ.
மாநிலம் பழிக்குமே மன்னன் என்னை.
விடியுமுன் என்ன விளையுமோ, கிள்ளை
பொடிபட்டு நெஞ்சுபொ றாதுமாய் வாளோ மங்கை
கிள்ளைக்கு மகிழ்ச்சியை விளைத்துத்
திங்கள் முகத்தில் சிரிப்பை விளைத்து
நன்மொழி சொல்லடி நங்கையே என்றால்
பொன்மொழி ஒன்று புகலினும் புகல்வாள்,

ஆதலின்,
எழுதிய விடுதலை ஏட்டை நானே
முழுநிலா மறையும் முன்னரே சென்று
அவள்பால் நல்குவேன். அங்குநான் சென்றால்
தவறு விளையுமோ. சட்டை மாற்றி

முகத்தடை யாளம் முழுதும் மாற்றித்
தகும்என் அமைச்சனின் தளர்உரு எய்திச்
செல்வேன் என்று மன்னன்
நல்லதோர் திட்டம் நண்ணினான் ஆங்கே.

இயல் - 36

("கலைக்கழகு நல்குதிருக் கண்ணமுதை மாய்க்கக்
கொலைக்கருவி நான் கொண்டதை அறியாள்")

இடம் *:* கொன்றை நாட்டின் முன்னாள் அரண்மனை.
உறுப்பினர் *:* மகிணன், கிள்ளை, மாழைப் பேரரசு.

'உளக்கோ யிலிலே உற்ற சுடர்மணி
விளக்கவிக்க வாளொடு விரைந்து
செல்கின்றேன் என்று தன்னை இகழ்ந்தா னாகி
அரண்மனை எதிரில் அணுகினான் மகிணன்.

இருண்டடர் கூந்தல் ஏந்திழை இப்போது
துயின்றிருப்பாளா? துயரிலே நெஞ்சு
பயின்றிருப் பாளா? பற்பலர் அவளிடம்
சூழ்ந்திருப் பாரா? அறியேன்! என்று
மகிணன், அரண்மனை வாயிலை மிதித்தான்
கலைத்தால் மற்றொன்று காணரும் ஓவியம்
நிலைத்தால் இந்த நீணிலப் புதுமை
பாவலர்க்குப் புதிய பாடம் அவள் என்று
காவல் வாயிலைக் கடந்து சென்றான்.
விட்டுவிட் டன்றி விடாது மின்னுமோர்
கட்டழகு தன்னை வெட்டவும் வேண்டுமே.
பொலிவிருக்கும் புதுப்பூ என்று
கொலுவி ருக்கும் கூடம்க டந்தான்.
பெண்ணழ கொன்று பேர்சொல இருந்ததென்று
மண்ணும் இரங்குமே, மக்கள் கூட்டம்

நிலா இருந்தது நீணில மதிலும்
இலா தொழிந்ததே என்றும் இரங்குமே
நாடிரங் குமேநகர் இரங்கு மேஎன்
றாடரங்கு முதல்அ னைத்தும் கடந்தான்.
அணிவிளக் கெரியும் அறையின் நாற்புறம்
பணிப்பெண் கட்குறு பல்அறை நோக்காது
பஞ்சணை ஒன்றில் பாய்ச்சிய நெஞ்சொடு
வஞ்சியறை வாளொடு மாப்பிளை புகுந்தான்.
இருபொற் பாவை ஏந்து விளக்கிடையில்
ஒருதமிழ்ப் பாவை உறங்கக் கண்டான்.
அசைவறு முகநிலா மிசைவிற் புருவமும்
இசையுறு மலர்வாய் இருகனி யுதடும்
கொஞ்சுதல் போலவும் கிடந்தன ஒளியில்,
சரிந்து கிடந்த கருங்குழல் மீது
தெரிந்த அவள்முகச் செந்தா மரையில்
ஓடிய அவன்விழி உளத்தை யசைத்ததால்
'தேட முடியாச் செல்வம். மண்ணிடைப்
பார்க்க முடியாப் பலர்புகழ் ஓவியம்.
வார்க்காது நெஞ்சை மகிழ்விக்கும் தேன்.
தனக்கென்று வாழாள்; எனக்கென்று வாழ்வாள்
தனைக்கொன்று வாழ நினைக்கும் தீயேன்,
ஒருவாளொடு நிற்கையில் உறக்கத் திரைக்குள்
இருவாள் விழியையும் இட்டு வைத்தாள்.
கலைக்கழகு நல்குதிருக் கண்ணமுதை மாய்க்கக்
கொலைக்க ருவிநான் கொண்டதை அறியாள்.
இன்பக் கனவுலகு தனில்வாழ்ந் தாளோ துன்பம்
நெருங்குவது தோன்றா திருந்ததோ,
பொன்னுடலில் எங்குப் புகுத்துவேன் வாளை,

மென்மை உடலை வெட்டிச் சிதைப்பதோ ஐயோ,
நானோ?
அவளையோ அன்பு பொய்யோ" என்று புலன்கள்
கலங்கும் போதில் நெடுவாள் பொத்தேன்று வீழ்ந்தது!
காததிர்ந்து கிள்ளை கண்ணை விழித்தாள்.
"நீவிரோ! நீவிரோ! நீந்தத் தெரியாது.
தீவின் நடுவில் திகைத்துத் துயர்க்கடல்
பாய்ந்தழி வேனுக்குப் பாய்விரித்துக் கப்பல்
வாய்ந்த தெனவே வந்தீர் வருக! நீவிரோ"
என்று நிகழ்த்தி, மகிணனின்
பூவிழியில் சொட்டும் புனலொடு வாளைக்
கண்டாள் முகத்தில் களையிழந்து நிற்றலைக்
கண்டாள். நடுங்கும் கைகள் கண்டாள்.
"என்ன என்ன என்ன" என்றாள்.
'கொன்றை விடுதலை கொள்ள வேண்டும்.
உரிமை இழந்தும் உடலைச் சுமந்து
திரிவார்க்கு விடுதலைச் சிறப்பை இதுவென்று
காட்டுதல் வேண்டும். காதலைப் பார்க்கிலும்
நாட்டுக் கடமையே நனிபெரி தென்று
குறிக்க வேண்டும். கொல்லவந் தேன்உனை.
மறுக்காது நாட்டு நிலையை மறக்காது
மாந்தர் நலத்துக்கு மாய்ந்திட மகிழ்ச்சிகொள்
சாய்ந்து கொடுப்பாய் தலையை" என்றான்.

எதிர்பா ராத இடிக்குமுடி சாய்த்தாள்;
அதிர்ந்த மின்னலுக் கணுவும் இமைத்திடாள்.
தன்னலத் துக்கே எந்நிலை மைகளும்
என்னும் தீயர் இருக்கும்இத் தரையைக்
காணு தற்கும் நாணுவாள் போல

இறுக விழியை இமையால் மூடி
உறுதியாய்த் தன்னிரண் டுள்ளங் கைகளைக்
கன்னம் இரண்டிலும் கவித்துக் குனிந்தே
'இன்னுடல் நாட்டுக் கிந்தா' என்று
நின்றாள். அவள்குழல். நீல அருவி
குன்றி னின்று வீழ்வதென்று சொலும்படி
சரிந்து விழுந்து தரையில் புரண்டது.
திருந்து தங்கத் தேர், நடு முறிந்து
விழுகையின் தோற்றம் விளைத்தது வளைந்தமெய்!

வாளைக் குனிந்து மகிணன் எடுத்தான்.
காளையின் விழிகள் கவிழ்ந்த முகத்தை
அடைந்தன. அவன் உளம் ஐயோ என்றது.
தடந்தோள் கீரைத் தண்டாய்த் துவண்டது.
தொட்ட வாளைத் தூக்கவும் வலியிழந்து
பட்ட மரம் போல், பாவையைப் பார்த்து
நின்றான், மீண்டும்வாள் நிலத்தில் வீழ்ந்தது.
திரும்பினாள். கண்டாள் செயலற்ற மகிணனைத்
தரும்படி வேண்டினான் தன்கையில் வாளை.
வாளைத் தூக்கி வஞ்சிபால் நல்கக்,
காளை ஒருபாதிக் கருத்தி சைந்தான்.

பாதியைக் காதலுக்குப் பறிகொடுத்தான்.
ஏதிலார் கேட்பினும் இரங்கும் குரலில்
'அன்பை என்பால் ஆக்கிய பிழையால்
என்பும் தோலும் இணைந்தஇவ் வுடலைப்
பின்நாள் நோய்வந்து பிளக்கும் கட்டையை
இந்நாள் தீர்க்க இரங்கி நின்றீர்''
என்று கூறி எடுத்தடி வைத்து

நின்றோன்கை நெடுவாளை நெருங்கித்
தொடுவாளைத்
தொட்டு மலர்மெய்ச் சுனைமூழ்கி "என்றன்
கட்டிக் கரும்பே விட்டுப்போ வாயோ'
என்று நெஞ்சம் இளகிக் கிடந்தான்
'கொன்றை விடுதலைக்குக் கொடுப்பீர் என்னை,
என்றன் கற்பை எளிதாய் நினைப்போன்
நன்று திருத்த நல்குவீர் என்னுயிர்
என்று வாளைத் தன்கையில் மீட்டு
நின்றாளை, "அன்பே" என்று கெஞ்சி
வாள்பிடித்தான். அவன்தாள் பிடித்தே அவள்,
"சிறிது மறைவில் சென்றிருங்கள்.
குறை தவிர்ப்பேன் கொன்றையை மீட்பேன்"
என்ன உரைத்தும் ஏகா திருந்தான்.

பின்னே நாலடி பெயர்த்து வைத்து
வாளைத் தூக்கினாள் வளைகழுத் துநேரில்.
ஆள்வந்து பின்புறம் வாளைப் பிடித்து,
'விடுதலை பெற்றது நெடிய கொன்றை.
விடுக அன்னையே, விடுக வாளை
என்றகுரல் கேட்டுத் தன்முகம் திரும்பினாள்
நின்ற அமைச்சன், "மன்னன் நானே
என்னுரு மாற்றி இங்கு வந்தேன்
பன்னுமோர் விடுதலைப் பட்டயம் இதுவாம்
அன்னை எனக்குநீ, அருமைக் கொன்றைக்குத்
தன்னுயிர்விடவும் தயங்காக் கிள்ளையே
மகிணனுக்கென்று வாய்ந்த அமுது நீ.
இந்நிலம் இந்நாள் எதிர்பார்த் திருக்கும்
தன்னலம் மறுத்த தன்மைக்குத் தாயும்நீ!

தகுசீர்க் கொன்றை தழைத்து வாழிய!
மகிணன் கிள்ளையொடு வாழிய!'' என்று
மன்னன் நெஞ்சார வாழ்த்தி நின்றான்.
மெருகடைந்து பொன்னங்கு மின்னியது
போல அருகிருந்த கிள்ளை அழகன் இருவர்
மகிழ்வடைந்து தாமரைமுகம் மலர

''வாழிய மன்னா'' என்று
நாழிகை கருதி நடந்தார் துயிலவே.

இயல் - 37

("நாங்கள் நல்கியதல்ல அவ்விடுதலை நீங்கள் பெற்றீர் என்று நிகழ்த்தினான்")

இடம் *: கொன்றை நாட்டு அரண்மனை மன்று.*
உறுப்பினர் *: மாழைப் பேரரசு, கிள்ளை, மகிணன், அமைச்சன், ஒள்ளியோன், வாட்பொறை, தாரோன்.*

இளங்கதிர் விளக்கம் ஏந்தக் குளம், வயல்,
களம், கதிர் விளக்கம் கண்டன; கொன்றை
விழித்தது; வல்லிருள் அழிந்தது; நலத்தில்
செழித்தது; தீமை ஒழிந்தது; மக்கள்
எழுந்தனர். மன்னன் இருக்கும் மன்றில்
நுழைந்தனர் பல்லோர் நுழைய முடியாது,
தெருவில் நிறைந்தனர்; திருநகர் நிறைந்தனர்.
'வருவார்; நமக்கும் வாய்திறந் துரைப்பார்;
தருவதாய் உரைத்ததை இரவே தந்தார்;"
என்றார் பல்லோர். "அன்றாடந்தான்
இப்படிச் சொல்லி ஏய்ப்பர்" என்றார்பலர்.
"தலைவர் வந்தார் தலைவர் வந்தார்
இலகுசீர்க் கிள்ளை இதோவந் திட்டாள்
தாரோன் வந்தான்; தகுதி மிக்க
வாட்பொறைதானும்
வந்தான்" என்று கடலெனமுழங்கினர்;
கைகள் கொட்டினர். மன்றின் அழகிய மாடி
உச்சியில் நின்று, கடல்மிசை நிறைந்த
பரிதிபோல் மலர்முகம் காட்டினான்.

மக்கள் மகிழ்ந்து கலகல என்று கைதட்டி னார்கள்.
'வாழ்க மன்னன் வாழ்க மன்னன்"
என்று வாழ்த்துரை இயம்பி னார்கள்.

வையம் பயன்மழை கண்டது போலச்
சிரித்த முகத்தொடு தெரிந்தாள் கிள்ளை.
பருத்ததோள் மகிணனைப் பார்த்தார் அண்டையில்,
வாட்பொறை தாரோன் மகிழ்வோடு நின்றார்.
தோட்புறம் தாடி தொங்கும் அமைச்சன்
மன்னன் அண்டையில் நின்றி ருந்தான்.
ஒள்ளியோன் இருந்தான்; உடன்பலர் இருந்தார்.
மாழை நாட்டின் மாப்பே ரரசன்
"வாழிய கொன்றை மக்களே" என்றான்.
'கொன்றை விடுதலை கொண்ட" தென்றான்.
நன்றென மக்கள் நனிமகிழ்ந் தார்கள்.
"நாங்கள் நல்கிய தல்லஅவ் விடுதலை
நீங்கள் பெற்றீர் என்று நிகழ்த்தினான்.'
மக்கள் வியந்தனர் மகிழ்வு கொண்டனர்! "நானே
உங்களை நலிவு செய்தேன்.
தானது பொறாத தங்கவேல் தற்கொலை
செய்துகொண்டான். செய்தி யறிந்துநான்
எய்திய துன்பம் இயம்பொ ணாததே
என்றன் உளத்தை இரங்கச் செய்தது
தன்னல மற்ற தங்கவேல் சாவே.
இன்றிரவு நான்ஓர் இலக்கியம் பெற்றேன்.
தன்னிகர் இல்லாத் தனியெழிற் கிள்ளை
என்னை யடைதல் வேண்டும் என்றேன்.
அடையாள் ஆயின் அளியேன் விடுதலை
என்றேன். அதற்கே எழிலுறு கிள்ளையைக்

கொன்று போடக் கொடுவாள் ஏந்தி
மகிணன் கிள்ளைபால் வந்தான். கிள்ளை
தூங்கினாள்! மகிணன் தொடங்கினான் கொலையை.
ஏங்கினான். விம்மினான். இருகை நடுங்கின.
அழகில் ஒருத்தியின் அகத்தில் மகிணனை
எழுதிவைத் திருந்தாள்; அவனும் அப்படி.
மகிணன் கைகள் மங்கையைக் கொல்லத்

தகும்வலி இல்லைவாள் தவறி விழுந்தது.
மங்கை விழித்தாள். மகிணனைக் கண்டாள்.
‘எங்கு வந்தீர்கள்’ என்றுகேட்டாள்.
'கொல்ல வந்தேன்’ கொன்றை நாட்டுக்கு
நல்ல விடுதலை நாட்டவேண்டும்
என்றான். எழுந்து நின்று பெண்ணாள்,
தன்தலை குனிந்தாள்; 'தமிழர் வாழ
என்னைக் கொல்லுக’ என்று மொழிந்தாள்.
பின்னும் மகிணன், பெருவாள் தூக்கி,
ஓச்ச முடியா துழலும் போது
மீண்டும் கைவாள் வீழ்ந்தது நிலத்தில்!
மங்கை திரும்பி வாளை வாங்கி
எய்க விடுதலை ஓங்குக என்றுதன்
தூய்கழுத்து வெட்டத் தூக்கினாள் கத்தியைப்
பின்னே ஓடிப் பெருவாள் பற்றினேன்.
என்னே நாட்டில் இவர்க்குள அன்பு!
கடமையின் இலக்கணம் கண்டேன்! கண்டேன்!
சுவையுறு வாழ்வின் தூய இலக்கியம்
இவைகள் கண்டேன்! யானோ தந்தேன்?
விடுதலை தந்தவன் வேந்தன் நானோ?
விடுதலை உள்ளமே விடுதலை விளைக்கும்"

என்றான் மன்னன். இதனைக்கேட்கையில்
அழுதார் மக்கள். அழுதுகொண்டே
தொழுதார் மகிணனை! தோகை கிள்ளையை!.
தங்கவேலின் சாக்காடு கேட்டே
"எங்களுக் காக எங்களுக் காக'

என்று நெஞ்சம் இரங்கி அழுதார்.
மன்னன் கூறினான் பின்னும், "மக்களே,
இந்நிலம் துன்பமும் இன்பமும் கலந்தது!
மனிதன் உள்ளமும் மறம்,அறம் கலந்ததே.
இனிது செய்பவன் இன்னாது செய்வதும்
இன்னா செய்பவன் இனியவை நாடலும்
உண்டெனல் நானே கண்டேன் என்னிடம்!
இன்று நானும், என்பெரும் மறவரும்
கொன்றை நாட்டி னின்று செல்வோம்.
வாட்பொறை யுள்ளான் மாப்பே ரறிஞன்.
தாரோன் உள்ளான் தகுதி யுள்ளான்.
மகிணனும் கிள்ளையும் மற்றும் பலரும்
இருக்கின் றார்கள் இவர்கள் கொன்றைக்குப்
பொருத்த மான புதுமுறை வகுப்பர்.
நல்லதோர் ஆட்சியில் எல்லீரு மாக மல்கு
சீரோடு வாழிய" என்றான்.
மக்கள் மீண்டும் மன்னனை
மிக்க அன்பினால் வாழ்த்தினர் நன்றே.

இயல் - *38*

("திருக்கிளர் நாட்டின் செல்வர்கட்கும் இருக்கக் குடிசை இல்லை என்றார்")

இடம் *: மகிணனின் இல்லம்.*

உறுப்பினர் *: கிள்ளை, மகிணன், மகிணனின் பெற்றோர்.*

இரண்டு குதிரைமேல் இரண்டுபேர். ஒருத்தி
இருண்ட முகிற்குழல் ஏந்திழை கிள்ளை;
ஒருவன் மகிணன்; ஓடின குதிரைகள்;
திருமண மக்கள் சென்று, குடிசையில்
கிழவி கிழவனைக் கிட்டி நின்றார்.
தொழுது நிகழ்ந்தவை சொன்னார். சொன்னதும்,
அன்னை, கிள்ளையின் கன்னம் தொட்டுப்
" பொன்னே" என்று புரிந்த முத்தம்
கிள்ளையின் உள்ளத் தெள்ளமு தாயிற்றே.
கிள்ளையின் மாமனார் உள்ள மகிழ்ந்து
வாழ்த்துரை அனைத்தும் வழங்கி யிருந்தார்.
அனைவரும் ஒருபுறம் அமர்ந்திருக்கையில்
"உனையொன்று கேட்பேன் உரையடா" என்று
முதிய தந்தை மொழியலானார்,
"ஏரி தோண்ட இல்லையே" என்றார்.
"இல்லை என்ப திராதென் றான்"மகன்.
"திருக்கிளர் நாட்டின் செல்வர் கட்கும்
இருக்கக் குடிசை இல்லை" என்றார்.
"இல்லை என்ற சொல் இரா" தினி என்றான்.
"கடல் நிகர் நாட்டில் கணக்கிலா மக்கள்

உடல் நலமில்லா தொழிந்தனர்'' என்றார்.
'இல்லை என்பதே இராதினி'' என்றான்.

“எப்படி அரசியல்" என்றார் கிழவர்.
“ஒப்பிட எவர்க்கும் ஒருவீ டொருநிலம்
ஒரு தொழில், ஓர் ஏர், உழவு மாடுகள்
விரைவிற் சென்றால் தருவார்'' என்றான்.
கிழவி இதுகேட்டு விழியிற்புனல் சேர்த்துக்
"குழந்தாய், இப்போது கூறிய அனைத்தையும்
விரைவில் நான்போய் வேண்டிப் பெற்று
வரநினைக் கின்றேன் வருந்து கின்றேன்;
எட்டஊர் செல்ல வேண்டுமே
கட்டஓர் நல்லுடை இல்லை" என்றாளே.

காதலா? கடமையா?.

முற்றும்.

★★★